New Approaches to Learning Chinese

新编基础汉语

Intensive Spoken Chinese

口语速成

北京语言文化大学

张朋朋　著

口

语

篇

华语教学出版社

SINOLINGUA

First Edition   2001
Sevehth Printing   2007

ISBN 978-7 - 80052 - 577 - 3
Copyright 2001 by Sinolingua
Published by Sinolingua
24 Baiwanzhuang Road, Beijing 100037, China
Tel: (86) 10-68995871
Fax: (86) 10-68326333
http//: www. sinolingua.com.cn
E-mail: hyjx@ sinolingua.com.cn
Printed bg Beijing Mixing Printing House
Distributed by China International
Book Trading Corporation
35 Chegongzhuang Xilu, P.O. Box 399
Beijing 100044, China

Printed in the People's Republic of China

目 录

CONTENTS

前　言

　　对于外国人来说，学习和掌握汉语和汉字并不是一件非常困难的事情。过去，人们之所以不这样认为，主要是和教授这种语言和文字的方法不当有关。

　　过去，教授汉语和汉字一般是采用"语文一体"的方法，即"口语"和"文字"的教学同步进行。这种方法和教授英、法语等使用拼音文字的语言是一样的。本人认为："语文一体"的方法对于教授拼音文字的语言是合理和有效的，但用于教授汉语、汉字是不合适的，这是使外国人对学习汉语产生畏难情绪的主要原因。

　　一、汉字不是拼音文字。汉字是一种从象形文字发展而来的表意文字。汉字的形体不表示汉语的语音。因此，如果采用"语文一体"的方法，口语的内容用汉字来书写，将不利于学习者学习口语的发音，使汉字成为了他们学习口语的"绊脚石"。

　　二、汉字的字形是一个以一定数量的构件按照一定的规则进行组合的系统。因此，教学上，应先教这一定数量的构件及组合规则，然后再教由这些构件所组合的汉字。可是，"语文一体"的教法必然形成"文从语"的教学体系。也就是说，学什么话，教什么字。这种教法，汉字出现的顺序杂乱无章，体现不出汉字字形教学的系统性和规律性，从而大大增加了汉字教学的难度。

　　三、汉字具有构词性，有限的汉字构成了无限的词。"词"是由"字"构成的，知道了字音可以读出词音，知道了字义便于理解词义，"字"学的越多，会念的"词"就越多，学习"词"就越容易。也就是说，"识字量"决定了"识词量"。因此，汉语书面阅读教学应该以汉字作为教学的基本单位，应该把提高学习者的"识字量"作为教学的主要目标。"文从语"的做法恰恰是不可能做到这一点。因为，教材的编写从口语教学的要求和原则来考虑，自然要以"词"作为教学的基本单位。由于口语中能独立运用的最小的造句单位是"词"，所以在教"中国"一词时，必然只介绍"China"这一词义，而不会介绍"中"和"国"两个字的字义。中国语文教学历来是以"识字量"作为衡量一个人书面阅读能力强弱的标准，而"语文一体"这种教法等于是取消了汉字教学，从而大大影响了汉语书面阅读教学的效率。

　　综上所述，如果根据汉语和汉字的特点来对外国人进行基础汉语教学的话，在总体设计上就不应采用"语文一体"的模式，我认为应该遵循以下几个原则来设计：

● **教学初期把"语"和"文"分开。**

　　实现的方式是：口语教学主要借助汉语拼音来进行，对汉字不做要求。这样，使汉字不成其为"绊脚石"，使口语教学将变得极为容易。汉字教学另编教材，先进行汉字的字形教学，教材的内容从基本笔画入手，以部首为纲，以构件组合为核心。汉字字形教学和口语教学并行，这样，既有利于口语教学，又使汉字的字形教学具有了系统性和规律性。系统而有规律地进行汉字教学不仅可以大大降低学习的难度，而且从一开始就给了学习者一把开启神秘汉字大门的钥匙，这对他们是受益无穷的。

● 先进行口语教学和汉字字形教学，后进行识字阅读教学。

也就是说，对汉字的认读教学不要在初期阶段进行，而应安排在进行了一段口语和在结束了汉字字形教学之后。因为，具有了口语能力和书写汉字的技能对识字教学有促进作用，从而可以使学习者较为轻松地跨越"识字"这第二道"门槛"。

● 阅读教学应以识字教学打头，采用独特的识字教学法。

"识字教学"和"写字教学"一样也是汉语教学中所独有的教学环节，应该根据汉字的特点编写适合外国人使用的识字课本。识字课本应以"字"作为教学的基本单位，以"以字组词"为核心，以快速提高学生的识字量和阅读能力为教学目标。

● 识字教学要和口语教学、阅读教学相结合。

具体做法是用所识的字和词编写口语对话体课文和叙述体散文作为这一阶段教材的内容。这一阶段的教学从程序上是一环扣一环的，从练习方式上是一种有听、有说、有读、有写的综合式教学。

上述总体设计图示：

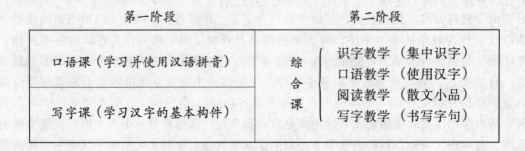

第一阶段		第二阶段
口语课（学习并使用汉语拼音）	综合课	识字教学（集中识字） 口语教学（使用汉字）
写字课（学习汉字的基本构件）		阅读教学（散文小品） 写字教学（书写字句）

根据上述原则，本人编写了一套基础汉语教程。本教程包括三本教材：
一是口语篇，书名是《口语速成》。此书用于口语课。
二是写字篇，书名是《常用汉字部首》。此书用于写字课。
三是识字篇，书名是《集中识字》。此书用于综合课。

使用这套教材，初学者先学习《口语速成》和《常用汉字部首》，学完之后再学习《识字课本》，就像吃西餐一样，一道菜一道菜来，循序渐进。这样，学习者不仅不会觉得汉语难学，而且还会被汉字的文化内涵和艺术魅力所深深吸引。

张朋朋

Introduction

The Chinese language has for too long been perceived as being beyond the grasp of the foreign learner. This misconception has been caused, unfortunately, for the most part by an improper teaching approach.

For several decades the spoken and written forms of Chinese have been taught simultaneously to beginners. There is nothing wrong with this approach in teaching Western languages like French or English that employ a phonetic system or alphabet as an aid to learning pronunciation, but it is certainly not the best method for teaching the Chinese spoken language and Chinese characters. The reasons for this are threefold:

1. Chinese characters cannot be read phonetically. Chinese characters developed from pictographs into ideographs. This means that there is no direct relationship between the form and structure of Chinese characters and their pronunciation. So the hotchpotch teaching of both the spoken language and Chinese characters at the beginning stage will not help foreign learners master pronunciation, and the characters will, if anything, only be a stumbling block to their acquisition of oral fluency.

2. Each Chinese character is made up of components that follow a specific stroke order and rules of formation. So it is logical that the simple component be taught first, progressing to the more complicated component and whole characters. But in the approach of teaching speaking and writing simultaneously, whatever is learnt in the spoken language will be followed by a corresponding written character. Obviously, in this approach the characters are not chosen systematically according to their structural compositions, and so the rules that govern the writing of Chinese characters are not reflected, making the teaching and learning of characters only more chaotic and difficult.

3. Chinese characters should form the basis of courses in reading texts. Single syllable characters can be combined to make various disyllabic or multi-syllabic words. There are unlimited combinations that can be made by adding characters to change or expand meanings. If you know how to pronounce some characters, it follows that you will be able to read the word they form. Knowing the meaning of certain characters will help you understand the meaning of the word they make. As you learn more characters, your ability to recognize more words increases. Learning words thus becomes easier. Since character recognition determines word recognition, the main objective in teaching Chinese characters should be to raise the learner's level of character recognition.

However, this is not possible with the "writing following speaking" approach. When teaching colloquial Chinese we naturally use words instead of characters as the basis of teaching because the word is the smallest unit in making a sentence. When teaching the word 中国 for example, we will invariably explain its meaning with the English "China", but the two characters that make up the word 中 "middle" and 国 "kingdom" are not explained. Traditional Chinese language teaching has always used "character recognition" as the criterion in judging a learner's ability to read texts. The "writing following speaking" approach simply disregards the necessity of teaching the characters on their own

3

and does not give the characters the place they deserve, thus greatly reducing the efficiency of teaching Chinese reading.

Our new approach may be summarized as follows:

- In the initial stages of learning, "spoken Chinese" and "character recognition and writing" should be taught separately.

- Teaching materials for oral class use mainly a system of romanization called *Hanyu pinyin*. The students are not required to deal with the characters. There are obvious reasons for this. Learning to speak Chinese becomes a lot easier using a phonetic system of romanization.

- While teaching spoken Chinese we start to introduce systematically the form of Chinese characters: the strokes, radicals (radicals are the basic components of Chinese characters), and the structural components. These "stumbling blocks" become much more friendly in this way, and the students are given a key to the secret of Chinese characters which will help them greatly in their later reading stage.

- Then proceed to the reading stage by learning to read characters. Only when the learner is able to speak and has learned the form and structure of characters can we begin to teach him how to read. Texts should be specially designed, focusing on character recognition and word formations, with the aim of quickly enlarging vocabulary and acquiring reading ability.

- In the reading stage character learning should be combined with continuous spoken language training and reading aptitude training. The texts should be put in the form of dialogues and narrative prose pieces written with the characters learned in each lesson, so they are very short, and easy to read and remember. The exercises should include comprehensive forms of listening, speaking, reading and writing that are closely linked and complementary to each other.

What is discussed above can be illustrated as below:

Initial stage	Second stage

Oral Course Learn to use *pinyin*	**Comprehensive Course** Character learning: intensive training Oral training: application of characters
Writing Course Learn the basic structural components of characters	Reading: prose, etc. Writing: characters and sentences

Based on the above design and consideration, *New Approaches to Learning Chinese* has been devised, which includes three textbooks:

Intensive Spoken Chinese (oral course)

Includes 40 conversational lessons, about 1, 000 commonly used words and numerous grammatical notes.

The Most Common Chinese Radicals (writing course)

Contains about 100 Chinese radicals and the basic structure of Chinese characters.

Rapid Literacy in Chinese (comprehensive course)

Uses 750 commonly used Chinese characters and 1300 words formed from them to make 25 short sentences, 25 conversational dialogues and four narrative prose pieces.

Beginners who have completed *Intensive Spoken Chinese* and *The Most Common Chinese Radicals* can proceed to *Rapid Literacy in Chinese*. So by going step by step they will feel that learning Chinese is not difficult at all. Furthermore, there is much that can be learned about Chinese culture from Chinese characters, besides their alluring charm and fascination.

Zhang Pengpeng

编 写 体 例

作为汉语初级口语教材,本书有以下几个特点:

一、语料(课文、句型和词汇)都用汉语拼音来书写,而且汉语拼音字体大,突出醒目。其目的是:让学习者在学习汉语的初期借助拼音来学习口语。教材中虽在拼音下面附有汉字,但并不要求学生掌握。

二、课文从内容上来讲,一课围绕一个话题来展开,突出了语言的交际功能;在语法点的安排上又照顾到语法教学由浅入深,由简单到复杂的系统性。本书力图把语言的功能教学和语法教学有机地结合起来。

三、在练习上,主要是采用句型加词语替换的方式。因为这是口语教学中多年行之有效的操练方法。为了使句型结构清晰醒目,本书采用了字母公式表示法,这也可以说是本书的一个特色。

四、在词汇方面,本书把某一个话题所需要的词汇尽可能充分地给出来,以满足学习者交际的需要。如:购买水果的话题,在句型替换部分把大部分的水果名称都给了出来。这样,本书又很像是一本十分有用的,容易查找的分类词汇小词典。

五、在插图设计上,本书尽可能给学习者提供一些与课文和词汇有关的真实而有用的图片,使插图达到为教学,为学习者服务的目的。

全书共分 40 个话题,涉及到日常生活交际的各个方面。词语 1000 多个,基本上是常用词。语法注释 80 多条,包括了汉语中最基本的语法点。本书正课文配有标准普通话录音磁带。

To the User

This spoken Chinese course for beginners has the following special features:

1. The texts, sentence patterns and vocabulary are all given in *pinyin* spelling. This is to make it easier for students to learn spoken Chinese using a romanized spelling which is easy to master. Although the corresponding Chinese characters are also provided under the *pinyin* version of the words, the student is not required to master them at this stage.

2. Each text centers on a topic useful for daily communication. This functional approach is reinforced with carefully tailored grammatical explanations which proceed systematically from the simple to the more difficult and complex language points.

3. Incorporated in the exercises are time-honored oral training methods: sentence pattern and substitution drills. The patterns are laid out in a format which makes them clear and easy to remember. This is a unique feature of this book.

4. A large amount of vocabulary items is provided side by side with the words in the substitution drills to meet the communication needs of different situations. For example, most types of fruit are listed in the lesson about how to buy fruit. Thus, this textbook can also serve as a small handy dictionary in which words are categorized by subject.

5. There are illustrations in each lesson closely related to the topics under discussion to facilitate both teaching and learning.

In sum, included in this book are 40 topics, covering virtually almost all aspects of daily communication, together with more than 1,000 commonly used words, and 80 essential aspects of Chinese grammar. All the texts are recorded into aural cassettes.

ABBREVIATIONS
缩 写 词

Vocabulary		**词类部分**
adj	adjective	形容词
adv	adverb	副词
conj	conjunction	连词
inter	interjection	感叹词
m	measure word	量词
n	noun	名词
part	particle	助词
prep	preposition	介词
pro	pronoun	代词
v	verb	动词

Syntax		**句法部分**
S	subject	主语
V	verb	动词
O	object	宾语
T	adverbial of time	时间状语
P	preposition	介词

The Chinese Phonetic Alphabet 汉语拼音

学习汉语的语音可以借助不同的拼音系统。我们所教授的汉语拼音方案是中国政府于 20 世纪 50 年代末制订的，在中国已经使用 40 多年了。

There have been many different systems of transcription used for learning to pronounce Chinese. Today the official transcription accepted on an international basis is the PINYIN alphabet developed in China at the end of the 1950's.

Initials 声母

汉语的音节是由声母和韵母两部分拼合而成的。音节开头的是声母，后边的是韵母。

A syllable in Chinese is composed of an initial, which is a consonant that begins the syllable, and a final, which covers the rest of the syllable.

b	p	m	f
d	t	n	l
g	k	h	
j	q	x	
z	c	s	
zh	ch	sh	r

- m, f, n, l, h and sh are pronounced as in English.
- d   like "d" in "bed" (unaspirated)

  j   like "g" in "genius" (unaspirated)

  z   like "ds" in "beds"

  zh   like "j" in "a job"

  b   like "p" in "spin" (unaspirated)

  g   a soft unaspirated "k" sound

  x   like "sh" in "sheep" but with the corners of the lips drawn back

  r   somewhat like "r" in "rain"

- Particular attention should be paid to the pronunciation of the so-called "aspirated" consonants. It is necessary to breath heavily after the consonant is pronounced.

  p   [p'] like "p" in "pop"   q   [tɕ'] harder than "ch" in "cheap"

  t   [t'] like "t" in "tap"   c   [ts'] like "ts" in "cats", with aspiration

  k   [k'] like "k" in "kangaroo"   ch   [tʂ'] (tongue curled back, aspirated)

- Distinction between certain initials:

  b/p   d/t   g/k   j/q   z/c   zh/ch

现代汉语，除了上面的 21 个声母以外，还有 38 个韵母。

In modern Chinese, there are 38 finals besides the above-represented 21 initials.

	i	u	ü
a	ia	ua	
o		uo	üe
e	ie		
er			
ai		uai	
ei		uei (ui)	
ao	iao		
ou	iou (iu)		
an	ian	uan	üan
en	in	uen (un)	üen
ang	iang	uang	
eng	ing	ueng	
ong	iong		

- ie like "ye" in "yes"
- e like "e" in "her"
- er like "er" in "sister" (American pronunciation)
- ai like "y" in "by" (light)
- ei like "ay" in "bay"
- ou like "o" in "go"
- an like "an" in "can" (without stressing the "n")
- -ng (final) a nasalized sound like the "ng" in "bang" without pronouncing the "g"
- uei, uen and iou when preceded by an initial, are written as ui, un and iu respectively.

Tones 声调

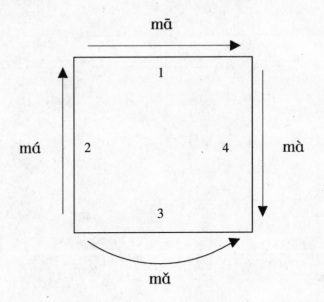

mā

1

2   4

má   mà

3

mǎ

mā	má	mǎ	mà
1	2	3	4

Tone drills 声调练习

nī	ní	nǐ	nì
hāo	háo	hǎo	hào
zāi	zái	zǎi	zài
jiān	jián	jiǎn	jiàn

汉语是有声调语言。声调有区别意义的作用，相同的音节，声调不同意义也不同。北京语音有四个声调，即第一声、第二声、第三声、第四声，分别用不同符号来表示。

Chinese is a language with different tones that are capable of differenciating meanings. A syllable, when pronounced in a different tone, has a different eaning even if it is composed of the same initial and final. In Beijing dialect there are four basic tones, 1st tone, 2nd tone, 3rd tone and 4th tone, represented by different tone-graphs respectively.

Tone changes 变调

Nǐ hǎo = Ní hǎo

两个三声连在一起时，前一个音节读第二声，调号不变，如：

A 3rd tone, when immediately followed by another 3rd tone, should be pronounced in the 2nd tone.

Conversation 会话练习

◆ Nǐ hǎo !

你 好 !

◇ Nǐ hǎo !

你 好 !

*   *   *

◆ Zàijiàn !

再 见 !

◇ Zàijiàn !

再 见 !

nǐ	pro	*you*
hǎo	adj	*good, well*
Nǐ hǎo !		*How are you?*
zài	adv	*again*
jiàn	v	*see*
Zàijiàn !		*Goodbye!*

Rules of phonetic spelling 拼写规则

1	zi	ci	si		=	z	c	s
2	zhi	chi	shi	ri	=	zh	ch	sh	r
3	ju	jue	juan	jun	=	jü	jüe	jüan	jün
	qu	que	quan	qun	=	qü	qüe	qüan	qün
	xu	xue	xuan	xun	=	xü	xüe	xüan	xün
4	yu	yue	yuan	yun	=	ü	üe	üan	ün
5	ya	ye	yao	you	=	ia	ie	iao	iou
	yan	yin	ying	yang	=	ian	in	ing	iang
	yong				=	iong
6	wu	wa	wo	wai	=	u	ua	uo	uai
	wei	wan	wen	wang	=	uei	uan	uen	uang
	weng				=	ueng

Sound discrimination 辨音练习

1	bo	po	ba	pa	bi	pi
2	de	te	da	ta	di	ti
3	ge	ke	ga	ka	gu	ku
4	ji	qi	jia	qia	jiu	qiu
5	zi	ci	za	ca	ze	ce
6	zhi	chi	zha	cha	zhe	che
7	yin	ying	lin	ling	jin	jing
8	yan	yang	gan	gang	kan	kang
9	gen	geng	men	meng	fen	feng

bā	bá	bǎ	bà	bū	bú	bǔ	bù
kē	ké	kě	kè	qī	qí	qǐ	qì
xiē	xié	xiě	xiè	mēi	méi	měi	mèi
guān	guán	guǎn	guàn	xī	xí	xǐ	xì
duī	duí	duǐ	duì	mīng	míng	mǐng	mìng
tiān	tián	tiǎn	tiàn	yī	yí	yǐ	yì
huī	huí	huǐ	huì	xiū	xiú	xiǔ	xiù

Neutral tone 轻声

汉语中有一些音节读得又轻又短,叫轻声。轻声不标调号。如:

In Chinese there are a number of syllables which are unstressed and take a feeble tone. This is known as the neutral tone which is shown by the absence of a tone-graph.

māma	*mum*	àiren	*husband or wife*
bàba	*dad*	háizi	*child, children*
gēge	*elder brother*	guānxi	*relation*
dìdi	*younger brother*	xièxie	*thank*
jiějie	*elder sister*	kèqi	*polite*
mèimei	*younger sister*	xiūxi	*have a rest*

Retroflex final 儿化韵

韵母 er 有时跟其他韵母结合成儿化韵,其拼写法是在原韵母之后加"r"。如:

The final "er" is sometimes attached to another final to form a retroflex final and when thus used, it is no longer an independent syllable. A retroflex final is represented by the letter "r" added to the final.

hui	+ er	→ huir	yíhuìr		
dian	+ er	→ dianr	yìdiǎnr		
na	+ er	→ nar	nǎr	nàr
zhe	+ er	→ zher	zhèr		

◆ Duì bù qǐ !

　　对 不 起 !

◇ Méi guānxi !

　　没 　关系 !

　* 　 * 　 *

◆ Xièxie !

　　谢谢 !

◇ Bú kèqi !

　　不 客气 !

　* 　 * 　 *

◆ Míngtiān jiàn !

　　明天 　见 !

◇ Míngtiān jiàn !

　　明天 　见 !

　* 　 * 　 *

◆ Xiūxi yíhuìr !

　　休息 　一会儿 !

◇ Hǎo ba.

　　好 吧。

Duì bù qǐ !		*I am sorry!*
méi	adv	*not*
guānxi	n	*relation*
Méi guānxi !		*That's all right.*
Xièxie		*Thank you!*
bù	adv	*not*
kèqi	adj	*polite*
Bú kèqi!		*You're welcome!*
míngtiān	n	*tomorrow*
jiàn	v	*see*
Míngtiān jiàn!		*See you tomorrow!*
xiūxi	v	*have a rest*
yíhuìr	n	*a moment*
Xiūxi yíhuìr!		*Have a rest!*
hǎo	adj	*good*
Hǎo ba.		*All right!*

Disyllables 双音节

1	fāyīn *pronunciation* Zhōngguó *China* Yīngyǔ *English* yīyuàn *hospital* gēge *brother*	fēijī ✓ *plane* Yīngguó *England* zhōngwǔ *noon* shāngdiàn *shop* tāde *his*	jīntiān ✓ *today* jīnnián ✓ *this year* shūfǎ *calligraphy* shūdiàn *bookshop* dōngxi *thing*
2	tóngwū *roommate* tóngxué *classmate* liángshuǐ ✓ *cold water* tóngshì *colleague* shénme ✓ *what*	míngtiān *tomorrow* Chángchéng *the Great Wall* cháguǎn *tea house* nánkàn *ugly* míngzi ✓ *name*	pángbiān *side* huídá *answer* chuántǒng *tradition* tóngzhì *comrade* péngyou ✓ *friend*
3	Běijīng ✓ *Beijing* Měiguó ✓ *U. S. A.* kěyǐ ✓ *possible* wǎnfàn ✓ *dinner* jiějie ✓ *elder sister*	lǎoshī ✓ *teacher* Fǎguó ✓ *France* Fǎyǔ *French* fǎngwèn *visit* wǒde ✓ *my, mine*	xǐhuān ✓ *like* xiǎoxué ✓ *primary school* guǎngchǎng *square* mǐfàn *cooked rice* wǎnshang *evening*
4	dàjiā ✓ *everyone* dàxué ✓ *university* Shànghǎi ✓ *Shanghai* hànzì *Chinese character* bàba ✓ *father*	shàngbān *go to work* qùnián *last year* Rìběn ✓ *Japan* zàijiàn *goodbye* mèimei ✓ *younger sister*	xiàbān *get off work* wèntí ✓ *question* Hànyǔ *the Chinese language* diànhuà ✓ *telephone* dìdi ✓ *younger brother*

Numerals 数字

> 汉语使用"十进位制"来称数。
>
> In Chinese，the decimal system is used for numeration.

1	yī		21	èrshíyī	$2 \times 10 + 1$
2	èr		22	èrshí'èr	$2 \times 10 + 2$
3	sān		23	èrshísān	$2 \times 10 + 3$
4	sì		29	èrshíjiǔ	$2 \times 10 + 9$
5	wǔ		30	sānshí	3×10
6	liù		40	sìshí	4×10
7	qī		50	wǔshí	5×10
8	bā		60	liùshí	6×10
9	jiǔ		70	qīshí	7×10
10	shí		80	bāshí	8×10
11	shíyī	$10 + 1$	90	jiǔshí	9×10
12	shí'èr	$10 + 2$	99	jiǔshíjiǔ	$9 \times 10 + 9$
13	shísān	$10 + 3$	100	yìbǎi	
14	shísì	$10 + 4$	101	yìbǎilíngyī	
15	shíwǔ	$10 + 5$	111	yìbǎiyīshíyī	
16	shíliù	$10 + 6$	112	yìbǎiyīshí'èr	
17	shíqī	$10 + 7$	120	yìbǎi'èrshí	
18	shíbā	$10 + 8$	199	yìbǎijiǔshíjiǔ	
19	shíjiǔ	$10 + 9$	200	èrbǎi	
20	èrshí	2×10	0	líng	

◆ Nín guì xìng ?

　　您　贵　姓?

◇ Wǒ xìng Zhāng.

　　我　姓　张。

◆ Nǐ jiào shénme míngzi ?

　　你　叫　什么　名字?

◇ Wǒ jiào Zhāng Jīngshēng.

　　我　叫　张　京生。

◆ Tā xìng shénme ?

　　他　姓　什么?

◇ Tā xìng Wáng.

　　他　姓　王。

◆ Tā shì shéi?

　　他　是　谁?

◇ Tā shì wǒ de lǎoshī.

　　他　是　我　的　老师。

◆ Nǐ rènshi tā ma ?

　　你　认识　他　吗?

◇ Rènshi, tā shì Zhāng lǎoshī de xuésheng.

　　认识，他　是　张　老师　的　学生。

◆ Nǐ de péngyou jiào shénme míngzi ?

　　你　的　朋友　叫　什么　名字?

◇ Tā xìng Lǐ, jiào Lǐ Dàhǎi.

　　他　姓　李，叫　李　大海。

　 Lǐ shì tā de xìng, hǎi shì Shànghǎi de hǎi.

　　李　是　他　的　姓，海　是　上海　的　海。

nín	pro	you (respectful)
guì	adj	honour
xìng	n	surname
	v	be surnamed
wǒ	pro	I, me
Zhāng	n	(a surname)
nǐ	pro	you
jiào	v	call
shénme	pro	what
míngzi	n	name
Jīngshēng	n	(a first name)
tā	pro	he, she
Wáng	n	(a surname)
shì	v	be
shéi	pro	who
de	part	(a structural particle)
wǒde		my
lǎoshī	n	teacher
rènshi	v	know
xuésheng	n	student
ma	part	(a modal particle)
péngyou	n	friend
Lǐ	n	(a surname)
Dàhǎi	n	(a first name)
tāde	n	his, her
hǎi	n	sea
Shànghǎi	n	Shanghai

1　S V O

◆ Nín guì xìng ?

　　您 贵 姓?

◇ Wǒ xìng Zhāng.

　　我 姓 张 。

Wáng	n	(a surname)
Zhāng	n	(a surname)
Lǐ	n	(a surname)
Mǎ	n	(a surname)
Zhào	n	(a surname)

2　S V O

◆ Nǐ jiào shénme míngzi ?

　　你 叫 什么 名字?

◇ Wǒ jiào Zhāng Jīngshēng.

　　我 叫 张 京生 。

tā	Dèng Xiǎopíng
nǐ de lǎoshī	Jiāng Zémín
nǐ de tóngxué	Lǐ Péng
tā de péngyou	Zhāng Yìmóu
tā de mèimei	Gǒng Lì

3　S V O

◆ Tā xìng shénme ?

　　他 姓 什么 ?

◇ Tā xìng Wáng.

　　他 姓 王 。

nǐ	Wáng
nǐ de péngyou	Zhāng
nǐ de àiren	Lǐ
tā de dìdi	Liú
tā de lǎoshī	Mǎ

4　S V O

◆ Tā shì shéi ?

　　他 是 谁?

◇ Tā shì wǒ de lǎoshī.

　　他 是 我 的 老师 。

wǒ de péngyou
wǒ de àirén
wǒ de dìdi
tā de lǎoshī
tā de gēge

5 S V O

◆ Tā shì shéi de xuésheng?

他 是 谁 的 学生?

◇ Tā shì Zhāng lǎoshī de xuésheng.

他 是 张 老师 的 学生 。

wǒ de péngyou de bàba

zhāng lǎoshī de àirén

wǒ de tóngxué de gēge

tā dìdi de tóngxué

wǒ háizi de péngyou

6 S V O

◆ Shéi shì nǐ de lǎoshī?

谁 是 你的 老师 ?

◇ Tā shì wǒ de lǎoshī.

他 是 我的 老师 。

tā de àiren

tā de háizi

wǒ de péngyou

wǒ de tóngxué

wǒ de tóngshì

Grammar　　　　　　语法

● S V O

他 是 谁?
他 是 我的老师。

用疑问代词的疑问句,其词序跟陈述句一样。如:
A question with an interrogative pronoun has the same word order as that of a declarative sentence, e. g.

● S V O 吗?

你 认识 他 吗?
他 是 老师 吗?

在陈述句句尾加语气助词"吗",就成了疑问句。如:
When the interrogative particle 吗 is added at the end of a declarative sentence, it becomes a question, e. g.

● N 的 N

我 的 老师
老师 的 学生

名词或代词作定语表示领属关系,后面一般都要用结构助词"的"。如:
When used attributively to show possession, a noun usually takes the structural particle 的 after it, e. g.

◆ Xiānsheng, nín qù nǎ gè guójiā ?

　　先生， 您 去 哪 个 国家？

◇ Wǒ qù Zhōngguó.

　　我 去 中国。

◆ Nín shì Zhōngguórén ma ?

　　您 是 中国人 吗？

◇ Shìde, wǒ shì Zhōngguórén.

　　是的， 我 是 中国人。

　 Xiǎojiě, nǐ shì nǎ guó rén ?

　　小姐， 你 是 哪 国 人？

◆ Wǒ shì Měiguórén.

　　我 是 美国人。

◇ Tāmen yě shì Měiguórén ma ?

　　他们 也 是 美国人 吗？

◆ Bù, tāmen bú shì Měiguórén.

　　不， 他们 不 是 美国人。

　 Tāmen dōu shì Yīngguórén.

　　他们 都 是 英国人。

◇ Nǐ qù guo Zhōngguó ma ?

　　你 去 过 中国 吗？

◆ Wǒ méi qù guo Zhōngguó.

　　我 没 去 过 中国。

◇ Nǐ xiǎng qù Zhōngguó ma ?

　　你 想 去 中国 吗？

◆ Wǒ hěn xiǎng qù Zhōngguó.

　　我 很 想 去 中国。

xiānsheng	n	Mr.
qù	v	go
nǎ	pro	which
gè	m	(a measure word)
guójiā	n	country
Zhōngguó	n	China
rén	n	person
Zhōngguórén	n	the Chinese
ma	part	(a modal particle)
shìde		yes, all right
xiǎojiě	n	Miss
guó	n	country
Měiguó	n	U. S. A.
Měiguórén	n	American
men		(a suffix)
tāmen	pro	they
yě	adv	also, too
bù	adv	no, not
dōu	adv	all
Yīngguó	n	Britain
Yīngguórén	n	the British
guo	part	(a verbal particle)
méi	adv	no, not
xiǎng	v	want to, think
hěn	adv	very

Substitution Drills 句型练习

1 S V O

◆ Nín qù nǎ gè guójiā ?

您 去 哪个 国家 ？

◇ Wǒ qù Zhōngguó.

我 去 中国 。

Fǎguó	n	France
Déguó	n	Germany
Jiānádà	n	Canada
Yìdàlì	n	Italy
Rìběn	n	Japan

2 S V O

◆ Nín shì Zhōngguórén ma ?

您 是 中国人 吗 ？

◇ Wǒ (bú) shì Zhōngguórén.

我 不 是 中国人 。

Fǎguórén	n	the French
Déguórén	n	the German
Jiānádàrén	n	the Canadian
Yìdàlìrén	n	the Italian
Rìběnrén	n	the Japanese

3 S V O

◆ Nǐ shì nǎ guó rén ?

你 是 哪 国 人 ？

◇ Wǒ shì Měiguórén.

我 是 美国人 。

nǐ	pro	you
wǒ	pro	I, me
nǐmen	pro	you (plural)
wǒmen	pro	we
tā	pro	he, she
tāmen	pro	they

4 S adv V O

◆ Tāmen yě shì Měiguórén ma ?

他们 也 是 美国人 吗 ？

◇ Tāmen yě shì Měiguórén.

他们 也 是 美国人 。

yě	adv	also, too
dōu	adv	all

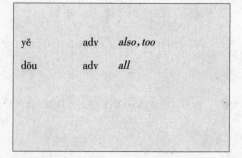

14

5 S V 过 O

◆ Nǐ qù guo Zhōngguó ma?

你 去 过 [中国] 吗?

◇ Wǒ méi qù guo Zhōngguó.

我 （没）去 过 [中国]。

Hánguó	n	*Korea*
Yìndù	n	*India*
Yìnní	n	*Indonesia*
Tàiguó	n	*Thailand*
Éluósī	n	*Russia*

6 S adv V V O

◆ Nǐ xiǎng qù Zhōngguó ma?

你 想 去 [中国] 吗?

◇ Wǒ hěn xiǎng qù Zhōngguó.

我 很 想 去 [中国]。

Ōuzhōu	n	*Europe*
Fēizhōu	n	*Africa*
Yàzhōu	n	*Asia*
Běiměizhōu	n	*North America*
Nánměizhōu	n	*South America*

Grammar 语法

● S 没 V 过 O

我 去过 美国。
我 没去过 美国。

动态助词"过"放在动词后,说明某种动作曾在过去发生,有过某种经历。否定用"没 V 过"。
The verbal particle 过 which occurs immediately after a verb denotes that some actions took place in the past. It is often used to emphasize an experiençe. The negative form of 过 is 没 V 过.

● S adj V O

我 也 是 中国人。
我们 都 是 中国人。
我 不 是 中国人。

副词在动词之前。如:
The adverbs are placed before the verb, e.g.

● S V V O

你 想 去 中国 吗?
我 很想 去 中国。

"想"是能愿动词,能愿动词在动词前。如:
想 is an optative verb. The optative verb is placed before the verb, e.g.

15

Hēilóngjiāng Shěng
黑龙江省

Jílín Shěng
吉林省

Liáoníng Shěng
辽宁省

Nèiměnggǔ Zizhìqū
内蒙古自治区

Ningxià Huízú Zizhìqū

Běijīng Shì
北京市

Tiānjīn Shì
天津市

Hébèi Shěng
河北省

Xīnjiāng Wéiwú'ěr Zizhìqū
新疆维吾尔自治区

Gānsù
Shěng

宁夏回族自治区

Shānxī
Shěng
山西省

Shāndōng Shěng
山东省

Qīnghǎi Shěng
青海省

Shǎnxī
Shěng
陕西省

Hénán
Shěng
河南省

Jiāngsū Shěng
江苏省

Ānhuī
Shěng
安徽省

Shànghǎi Shì
上海市

Xīzàng Zizhìqū
西藏自治区

Sìchuān Shěng
四川省

Chóngqìng Shì
重庆市

Húběi Shěng
湖北省

Zhèjiāng
Shěng
浙江省

Húnán
Shěng
湖南省

Jiāngxī
Shěng
江西省

Fújiàn Shěng
福建省

Guìzhōu
Shěng
贵州省

Guǎngxī
Zhuàngzú Zizhìqū
广西壮族
自治区

Guǎngdōng
Shěng
广东省

Táiwān Shěng
台湾省

Yúnnán
Shěng
云南省

Xiānggǎng
Tèbié Xíngzhèngqū
香港特别行政区

Àomén
Tèbié Xíngzhèngqū
澳门特别行政区

Hǎinán Shěng
海南省

Zhōngguó zhèngqū 中国政区
the map of China

◆ Zhè shì nǎ gè guójiā?

这 是 哪 个 国家?

◇ Zhè shì Zhōngguó.

这 是 中国。

◆ Nà shì Táiwān ma?

那 是 台湾 吗?

◇ Nà bú shì Táiwān, nà shì Hǎinándǎo.

那 不 是 台湾, 那 是 海南岛。

◆ Zhè shì Zhōngguó shénme dìfang?

这 是 中国 什么 地方?

◇ Zhè shì Běijīng.

这 是 北京。

◆ Nǐ qù shénme dìfang?

你 去 什么 地方?

◇ Wǒ qù Shànghǎi. Nǐ qù nǎr?

我 去 上海。 你 去 哪儿?

◆ Wǒ qù Nánjīng.

我 去 南京。

◇ Nǐ shì shénme dìfang rén?

你 是 什么 地方 人?

◆ Xiānggǎngrén. Nǐ shì nǎr de rén?

香港人。 你 是 哪儿 的 人?

◇ Xī'ānrén. Xiānggǎng dà ma?

西安人。 香港 大 吗?

◆ Bú dà, hěn xiǎo, kěshì rén hěn duō.

不大, 很 小, 可是 人 很 多。

zhè	pro	this
nà	pro	that
Táiwān	n	Taiwan
Hǎinándǎo	n	Hainan Island
dìfang	n	locality, place
Běijīng	n	Beijing
Shànghǎi	n	Shanghai
nǎr	pro	where
Nánjīng	n	Nanjing
Xiānggǎng	n	Hong Kong
de	part	(a structural particle)
Xī'ān	n	Xi'an
dà	adj	big
xiǎo	adj	small
kěshì	conj	but
duō	adj	many

Substitution Drills 句型练习

1 S V O

◆ Nà shì Táiwān ma ?

那 是 | 台湾 | 吗 ?

◇ Nà bú shì Táiwān.

那 不 是 | 台湾 | 。

Běijīng	Nánjīng
Shànghǎi	Wǔhàn
Tiānjīn	Xīzàng *Tibet*
Xī'ān	Nèiménggǔ
Hǎinándǎo	Xīnjiāng

2 S V O

◆ Zhè shì Zhōngguó shénme dìfang ?

这 是 中国 什么 地方 ?

◇ Zhè shì Běijīng.

这 是 | 北京 | 。

Tiānjīn	n	*Tianjin*
Dàlián	n	*Dalian*
Qīngdǎo	n	*Qingdao*
Xīnjiāng	n	*Xinjiang*
Nèiménggǔ	n	*Neimenggu*

3 S V O

◆ Nǐ qù shénme dìfang ?

你 去 什么 地方 ?

◇ Wǒ qù Shànghǎi.

我 去 | 上海 | 。

Bālí	n	*Paris*
Niǔyuē	n	*New York*
Lúndūn	n	*London*
Luómǎ	n	*Rome*
Dōngjīng	n	*Tokyo*

4 S V O

◆ Nǐ qù nǎr ?

你 去 哪儿 ?

◇ Wǒ qù Nánjīng.

我 去 | 南京 | 。

Dōngběi	n	*the Northeast*
Sìchuān	n	*Sichuan Province*
Guǎngdōng	n	*Guangdong Province*
Shāndōng	n	*Shandong Province*
Héběi	n	*Hebei Province*

5 S V O

◆ Nǐ shì shénme dìfang rén ?

你 是 什么 地方 人 ?

◇ Wǒ shì Xiānggǎngrén.

我 是 [香港人]。

Běijīngrén	n	
Shànghǎirén	n	
běifāngrén	n	*Northerner*
nánfāngrén	n	*Southerner*
Yàzhōurén	n	*Asian*

6 S V O

◆ Nǐ shì nǎr de rén ?

[你] 是 哪儿 的 人 ?

◇ Wǒ shì Xī'ān rén.

我 是 西安人。

nǐ de péng you	nǐ de tóngxué
nǐ de lǎoshī	nǐ de xuésheng
nǐ de tóngwū	tā de tóngshì
tā de dìdi	tā de gēge
tā de bàba	tā de māma

7 S adj

◆ Xiānggǎng dà ma ?

[香港] [大] 吗 ?

◇ Xiānggǎng bú dà, hěn xiǎo.

香港 不大 很 小。

N	adj	
Běijīng	xiǎo	
Shànghǎirén	duō	
Xī'ānrén	shǎo	*few*

Grammar 语法

● N N

中国 人
北京 人
上海 人

名词作定语，是说明中心语性质的，一般不用"的"。如：

When a noun is used to modify another noun, it usually doesn't take 的 after it, e. g.

● S adj

香港 不大。
北京 很大。

形容词可以像动词一样，作谓语，不用加动词"是"。如：

When an adjective is used as the predicate, the verb "to be" is not used, e. g.

19

2001年
1月大
星期三
24
辛巳年　初 一　正月大

立春：公历2月4日 农历正月十二

今日春节
四九（第八天）

记事：

2001年
2月平
星期日
18
辛巳年　廿 六　正月大

今日雨水（22时11分）

七九（第六天）

记事：

2002年
2月平
星期二
12
壬午年　初 一　正月大

雨水：公历2月19日 农历正月初八

今日春节
五九（第九天）

记事：

2002年
11月小
星期四
7
壬午年　初 三　十月小

今日立冬（22时22分）

记事：

rìlì 日历 calendar

◆ Jīntiān jǐ yuè jǐ hào ?

今天 几 月 几 号？

◇ Jīntiān 5 yuè 23 hào.

今天 5 月 23 号。

◆ Míngtiān xīngqī jǐ ?

明天 星期 几？

◇ Míngtiān xīngqīliù.

明天 星期六。

◆ 5 yuè 25 hào shì xīngqī jǐ ?

5 月 25 号 是 星期 几？

◇ 5 yuè 25 hào shì xīngqītiān.

5 月 25 号 是 星期天。

◆ Zhè gè yuè 8 hào shì xīngqī jǐ ?

这 个 月 8 号 是 星期 几？

◇ Zhè gè yuè 8 hào shì xīngqīsì.

这 个 月 8 号 是 星期四。

◆ Xià gè xīngqīsān shì jǐ yuè jǐ hào ?

下 个 星期三 是 几 月 几 号？

◇ Xià gè xīngqīsān shì 5 yuè 28 hào.

下 个 星期三 是 5 月 28 号。

◆ Jīnnián shì bú shì 2000 nián ?

今年 是 不 是 2000 年？

◇ Jīnnián bú shì 2000 nián, jīnnián shì

今年 不 是 2000 年, 今年 是

2001 nián, qùnián shì 2000 nián.

2001 年, 去年 是 2000 年。

jīntiān	n	today
jǐ	pro	how many
yuè	n	month, moon
hào	n	number, date
5 yuè	n	May
míngtiān	n	tomorrow
xīngqī	n	week
xīngqīliù	n	Saturday
xīngqītiān	n	Sunday
zhè gè yuè	n	this month
xīngqīsì	n	Thursday
xià gè xīngqī	n	next week
xīngqīsān	n	Wednesday
jīnnán	n	this year
nián	n	year
qùnián	n	last year

Substitution Drills 句型练习

1   S   N

◆ Jīntiān jǐ yuè jǐ hào ?

    今天 几 月 几 号？

◇ Jīntiān 5 yuè 23 hào.

    今天 | 5 月 | 23 号。

yīyuè	January	qīyuè	July
èryuè	February	bāyuè	August
sānyuè	March	jiǔyuè	September
sìyuè	April	shíyuè	October
wǔyuè	May	shíyīyuè	November
liùyuè	June	shíèryuè	December

2   S   N

◆ Míngtiān xīngqī jǐ ?

    | 明天 | 星期 几？

◇ Míngtiān xīngqīliù.

    明天 | 星期六 |。

zuótiān	yesterday	xīngqīyī	Monday
qiántiān	the day before yesterday	xīngqīèr	Tuesday
		xīngqīsān	Wednesday
hòutiān	the day after tomorrow	xīngqīsì	Thursday
		xīngqīwǔ	Friday

3   S   V   O

◆ 5 yuè 25 hào shì xīngqī jǐ ?

    | 5 月 25 号 | 是 星期 几？

◇ 5 yuè 25 hào shì xīngqītiān.

    5 月 25 号 是 星期天。

2 yuè	11 hào
3 yuè	12 hào
6 yuè	15 hào
7 yuè	26 hào
9 yuè	30 hào

4   S   V   O

◆ Zhè gè yuè 8 hào shì xīngqī jǐ ?

    | 这 个 月 | 8 号 是 星期 几？

◇ Zhè gè yuè 8 hào shì xīngqīsì.

    这 个 月 8 号 是 星期四。

zhè gè yuè	this month
xià gè yuè	next month
shàng gè yuè	last month

5   S   V   O

◆ Xià gè xīngqīsān shì jǐ yuè jǐ hào ?

   下 个   星期三   是 几 月 几 号？

◇ Xià gè xīngqīsān shì 5 yuè 28 hào.

   下 个   星期三   是 5 月 28 号。

xià gè xīngqī	*next week*
zhè gè xīngqī	*this week*
shàng gè xīngqī	*last week*

6   S   V不V   O

◆ Jīnnián shì bú shì 2000 nián ?

   今年   是 不 是 2000 年？

◇ Jīnnián bú shì 2000 nián.

   今年   不 是 2000 年。

jīnnián	*this year*
qùnián	*last year*
qiánnián	*the year before last*
míngnián	*next year*
hòunián	*the year after next*

Grammar   语法

● S   N

今天   5 月 20 号。
明天   星期三。

> 由名词或名词结构、数量词等直接作谓语的句子叫名词谓语句。这种句子一般不用动词"是"。如：
> A sentence in which the main element of the predicate is a noun, a nominal construction or a numeral-measure word is called a sentence with a nominal predicate. The verb 是 is, as a rule, not used in a sentence of this kind, e. g.

● S   V不V   O?

今年   是不是 1999 年？
你   去不去 美国？
他   姓不姓 张？
您   叫不叫 张京生？

> 将谓语中的动词或形容词的肯定形式和否定形式并列起来就构成了一种疑问形式。如：
> An affirmative-negative question is another form of question which is made by juxtaposing the affirmative and negative forms of the predicative verb or adjective, e. g.

bàishòu 拜寿 offering birthday felicitations

guò shēngrì 过生日 a birthday celebration

◆ Xiānsheng, nín shì nǎ nián chūshēng de ?

先生， 您是 哪年 出生 的？

◇ Wǒ shì 1978 nián chūshēng de.

我 是 1978 年 出生 的。

◆ Nín de shēngrì shì jǐ yuè jǐ hào ?

您 的 生日 是 几月几号？

◇ Wǒ de shēngrì shì 12 yuè 4 hào.

我 的 生日 是 12 月 4 号。

◆ Nín jīnnián duō dà ?

您 今年 多大？

◇ Wǒ jīnnián 32 suì.

我 今年 32 岁。

◆ Nín shì shénme shíhou dào Běijīng de ?

您 是 什么 时候 到 北京 的？

◇ Wǒ shì 8 yuè 7 hào dào Běijīng de.

我 是 8 月 7 号 到 北京 的。

◆ Nín xiǎng nǎ tiān qù Shànghǎi ?

您 想 哪 天 去 上海？

◇ Wǒ xiǎng xià xīngqīwǔ qù Shànghǎi.

我 想 下 星期五 去 上海。

◆ Nín dǎsuàn shénme shíhou huí guó ?

您 打算 什么 时候 回 国？

◇ Wǒ dǎsuàn míngnián 9 yuè huí guó.

我 打算 明年 9 月 回 国。

Hòunián wǒ hái dǎsuàn lái Zhōngguó.

后年 我 还 打算 来 中国。

chūshēng	v	*birth*
de	part	*(a modal particle)*
shēngrì	n	*birthday*
duōdà	n	*how old*
suì	n	*year (of age)*
shíhou	v	*time, moment*
shénme shíhou		*when*
dào	v	*arrive; up to*
tiān	n	*day*
dǎsuàn	v	*plan, intend*
huí	v	*return*
guó	n	*country*
hái	adv	*also, too*
lái	v	*come to*

1　S 是 T V 的

◆ Nín shì nǎ nián chūshēng de ?

　您 是 哪 年 出生 的？

◇ Wǒ shì 1978 nián chūshēng de.

　我 是 1978 年 出生 的。

tā	1980
nǐ	1973
nǐ de péngyou	1968
tā de jiějie	1953
nǐ de lǎoshī	1947

2　S V O

◆ Nín de shēngrì shì jǐ yuè jǐ hào ?

　您 的 生日 是 几 月 几 号？

◇ Wǒ de shēngrì shì 12 yuè 4 hào.

　我 的 生日 是 12 月 4 号。

7 yuè	8 hào
9 yuè	7 hào
10 yuè	26 hào
11 yuè	28 hào
12 yuè	30 hào

3　S T N

◆ Nín jīnnián duō dà ?

　您 今年 多 大？

◇ Wǒ jīnnián 32 suì.

　我 今年 32 岁。

nǐ	19 suì
nǐ de tóngxué	26 suì
tā de māma	35 suì
tā de tóngshì	39 suì
Zhāng lǎoshī	50 suì

4　S 是 T V O 的

◆ Nín shì shénme shíhou dào Běijīng de ?

　您 是 什么 时候 到 北京 的？

◇ Wǒ shì 8 yuè 7 hào dào Běijīng de.

　我 是 8 月 7 号 到 北京 的。

1 yuè 6 hào	Shànghǎi
zuótiān	Dàlián
qiántiān	Guǎngzhōu
shàng gè xīngqīsì	Tiānjīn
shàng gè yuè	Xī'ān

5 · S V T V O

◆ Nín xiǎng nǎ tiān qù Shànghǎi ?

　您　想　哪天去　上海 ?

◇ Wǒ xiǎng xià xīngqīwǔ qù Shànghǎi.

　我　想　下　星期五 去　上海 。

míngtiān	Xī'ān
hòutiān	Dàlián
zhè ge xīngqīsān	Běijīng
xià ge yuè 3 hào	Guǎngzhōu
5 yuè 4 hào	Tiānjīn

6 S V T V O

◆ Nín dǎsuàn shénme shíhou huí guó ?

　您　打算　什么　时候 回国 ?

◇ Wǒ dǎsuàn míngnián 9 yuè huí guó.

　我　打算　明年 9 月 回国 。

hòunián
jīnnián
xià ge yuè
xià ge xīngqī
zhè ge yuè 3 hào

Grammar　　　　　　语法

● S 是 T V O 的

你 是　哪年　 出生　 的 ?
我 是 1976 年　出生　 的 。
你 是　什么时候 到 北京的 ?
我 是　昨天　 到 北京的 。

"是……的"结构强调已经发生动作的时间、地点、方式等。"是"在所要强调的部分之前 (有时"是"可省略)，"的"在动词后或句尾。如：
是 … 的 is used in a sentence to emphasize the time, place or manner of an action which took place in the past. 是 is placed before the word group that is emphasized (是 may sometimes be omitted) and 的 comes after the verb or at the end of the sentence, e. g.

● T S V T V O

我 想 明天去 上海 。
我 打算 明年 回国 。
明年我 打算 还来 中国 。

时间词作状语可放在主语前或谓语动词前。如：
When an adverbial adjunct denotes the time of an action, it can be put before the subject or verb, e. g.

bā diǎn 八点

bā diǎn guò wǔ fēn 八点过五分

bā diǎn yí kè 八点一刻
bā diǎn shíwǔ 八点十五

bā diǎn bàn 八点半
bā diǎn sānshí 八点三十

bā diǎn sìshíwǔ 八点四十五
chà yí kè jiǔ diǎn 差一刻九点

bā diǎn wǔshíwǔ 八点五十五
chà wǔ fēn jiǔ diǎn 差五分九点

28

◆ Xiànzài jǐ diǎn le ?

　　现在　几　点　了？

◇ Xiànzài chà yí kè 8 diǎn.

　　现在　　差　1　刻　8　点。

◆ Měitiān zǎoshang nǐ jǐ diǎn qǐ chuáng ?

　　每天　　早上　你几　点　起　床？

◇ Wǒ 6 diǎn bàn qǐ chuáng.

　　我　6　点　半　起　床。

◆ Nǐ shàngwǔ shénme shíhou shàngkè ?

　　你　上午　　什么　时候　上课？

◇ Wǒmen shàngwǔ 8 diǎn kāishǐ shàngkè.

　　我们　　上午　8　点　开始　上课。

◆ Nǐmen jǐ diǎn xiūxi ?

　　你们　几　点　休息？

◇ Wǒmen 10 diǎn 10 fēn zuǒyòu xiūxi.

　　我们　10　点　10　分　左右　休息。

◆ Xiūxi de shíhou nǐmen zuò shénme ?

　　休息　的　时候　你们　做　什么？

◇ Yǒude rén hē kāfēi, yǒude rén xī yān.

　　有的　人　喝　咖啡，有的　人　吸　烟。

◆ Zhōngwǔ nǐ jǐ diǎn chī wǔfàn ?

　　中午　你几　点　吃　午饭？

◇ Yǒushíhou yì diǎn, yǒushíhou liǎng diǎn.

　　有时候　1　点，　有时候　两　点。

Chī wǔfàn yǐhòu wǒ huí jiā.

吃　午饭　以后　我　回　家。

xiànzài	n	now
diǎn	n	o'clock
le	part	(a modal particle)
chà	v	be short of
kè	n	a quarter
měi	adj	every
měitiān	n	everyday
zǎoshang	n	morning
qǐchuáng	v	get out of bed
bàn	n	half
shàngwǔ	n	forenoon
shàngkè	v	attend class
kāishǐ	v	begin
xiūxi	v	have a rest
fēn	n	minute
zuǒyòu	n	about, or so
shíhou	n	time, moment
zuò	v	do
yǒude		some
hē	v	drink
kāfēi	n	coffee
xīyān	v	smoke
chī	v	eat
fàn	n	meal
wǔfàn	n	lunch
yǒushíhou		sometimes
liǎng	n	two
yǐhòu	n	after
jiā	n	family, home

1   S   N

◆ Xiànzài jǐ diǎn le ?

　　现在 几 点 了 ?

◇ Xiànzài chà yí kè 8 diǎn.

　　现在 ┃ 差 1 刻 8 点 ┃。

liǎngdiǎn10fēn	2:10
liǎngdiǎn1kè	2:15
liǎngdiǎnbàn	2:30
liǎngdiǎn45	2:45
chà5fēnzhōngliǎngdiǎn	1:55

2   T   S   T V O

◆ Měitiān zǎoshang nǐ jǐ diǎn qǐ chuáng ?

　　每天 　早上 　你 几 点 　起 床 ?

◇ Wǒ 6 diǎn bàn qǐ chuáng.

　　我 ┃ 6 点 半 ┃ 起 床 。

7 diǎn 5 fēn	7:05
7 diǎn 1 kè	7:15
8 diǎn bàn	8:30
8 diǎn 50	8:50
chà 5 fēn 9 diǎn	8:55

3   S   T   V O

◆ Nǐ shàngwǔ shénme shíhou shàng kè ?

　　你 ┃ 上午 ┃ 什么 　时候 　上 　课 ?

◇ Wǒmen shàngwǔ 8 diǎn kāishǐ shàngkè.

　　我们 ┃ 上午 ┃ 8 点 ┃ 开始 　上 课。

zǎoshang	*morning*	8:00
shàngwǔ	*forenoon*	9:00
zhōngwǔ	*noon*	1:00
xiàwǔ	*afternoon*	2:30
wǎnshang	*evening*	7:30

4   S   T V

◆ Nǐmen jǐ diǎn xiūxi ?

　　你们 几 点 　休息 ?

◇ Wǒmen 10 diǎnzhōng zuǒyòu xiūxi.

　　我们 　10 　点钟 　左右 ┃ 休息 ┃。

V	N	
shàng	bān	*go to work*
xià	bān	*get off work*
xià	kè	*get out of class*
shuì	jiào	*sleep*
huí	jiā	*go home*

5   T   S V O

◆ Xiūxi de shíhou nǐmen zuò shénme ?

休息 的 时候 你们 做 什么？

◇ Yǒude rén hē kāfēi, yǒude rén xī yān.

有的 人 喝 咖啡 ， 有的 人 吸 烟 。

V	N	
hē	chá	*drink tea*
qù	cèsuǒ	*go to toilet*
dǎ	diànhuà	*make a phone call*
xī	yān	*smoke*

6   T   T S T V O

◆ Zhōngwǔ nǐ jǐ diǎn chī wǔfàn?

中午 你 几 点 吃 午饭 ？

◇ Wǒ yǒushíhou yì diǎn chī wǔ fàn.

我 有时候 1 点 吃 午饭 。

N	N	
zǎoshang	zǎofàn	*breakfast*
zhōngwǔ	wǔfàn	*lunch*
wǎnshang	wǎnfàn	*supper*

7   T   S V O

◆ Chī fàn yǐhòu nǐ zuò shénme ?

吃饭 以后 你 做 什么 ？

◇ Chī fàn yǐhòu wǒ huí jiā.

吃 饭 以后 我 回家 。

V	N	
xià	bān	
xià	kè	
huí	jiā	
zuò	fàn	*do the cooking*

Grammar   语法

● V 的 N

休息 的 时候
吃饭 的 时候

动词、动词结构作定语必须加结构助词的"的"。如：
When used attributively, a verb or a verbal construction must take after it the structural partcle 的, e. g.

● 两点
两分钟
两个人

"二"和"两"都表示"2"这个数目，在量词前一般用"两"不用"二"。如：
Both 二 and 两 mean two. When two comes before a measure word, 两 is used instead of 二, e. g.

Shǒudū Diànyǐngyuàn
首都　电影院
the Capital Cinema

Xīnhuá Shūdiàn
新华　书店
Xinhua Bookstore

Zhōngguó Yínháng
中国　银行
the Bank of China

Běijīng Fàndiàn
北京　饭店
the Beijing Hotel

◆ Jīntiān shàngwǔ nǐ qù nǎr ?

　今天　　上午　你去 哪儿？

◇ Wǒ qù Běijīng Fàndiàn.

　我 去　北京　饭店。

◆ Nǐ qù Běijīng Fàndiàn gàn shénme ?

　你去 北京　饭店 干　什么？

◇ Wǒ qù nàr kàn yí gè péng you.

　我 去 那儿 看 一 个　朋友。

◆ Nǐ gēn shéi yìqǐ qù ?

　你 跟　谁 一起 去？

◇ Wǒ gēn wǒ de nǚpéng you yìqǐ qù .

　我 跟 我 的　女朋友　一起 去。

◆ Jīntiān xiàwǔ nǐ yǒu kòngr ma ?

　今天　　下午 你 有 空儿 吗？

◇ 3 diǎn yǐqián wǒ méi yǒu kòngr.

　三点　以前 我 没 有 空儿。

◆ Xiàwǔ wǒ qù kàn diànyǐng. Nǐ qù bú qù ?

　下午 我 去看　电影。　你去 不去？

◇ Qù. Kàn diànyǐng yǐhòu nǐ xiǎng qù nǎr ?

　去。看　电影　以后 你 想　去 哪儿？

◆ Wǒmen yìqǐ qù fànguǎnr chīfàn, hǎo ma ?

　我们　一起 去　饭馆儿　吃饭，　好　吗？

◇ Xíng. Xiànzài nǐ shàng nǎr qù ?

　行。　现在 你 上　哪儿 去？

◆ Wǒ qù shāngdiàn mǎi dōngxi.

　我 去　商店　买　东西。

fàndiàn	n	hotel
gàn	v	do
nàr	pro	there
kàn	v	look at, see
gè	m	(a measure word)
gēn	prep	with
yìqǐ	adv	together
nǚpéng you	n	girlfriend
yǒu	v	have
kòngr	n	free time
yǐqián	n	before
méi	adv	not
diànyǐng	n	film
yǐhòu	n	after
fànguǎnr	n	restaurant
chī	v	eat
fàn	n	meal
hǎo	adj	good
hǎoma		Is it OK?
xíng		all right
shàng	v	go
shāngdiàn	n	shop, store
mǎi	v	buy

1   T   S V O

◆ Jīntiān shàngwǔ nǐ qù nǎr ?

    今天   上午   你 去 哪儿 ?

◇ Jīntiān shàngwǔ wǒ qù shāngdiàn.

    今天   上午   我 去   商店 。

yínháng	bank
shūdiàn	bookshop
yóujú	post office
kāfēi guǎn	coffee house
chá guǎn	tea house
diànyǐng yuàn	cinema
dàxué	university
jiàoshì	classroom
yīyuàn	hospital

2   S V   O   V O

◆ Nǐ qù Běijīng fàndiàn gàn shénme ?

   你 去   北京   饭店   干 什么 ?

◇ Wǒ qù nàr kàn yí gè péngyou.

   我 去 那儿 看 一 个 朋友 。

shāngdiàn	mǎi	dōngxi
kāfēiguǎn	hē	kāfēi
cháguǎn	hē	chá
diànyǐng yuàn	kàn	diànyǐng
fànguǎn	chī	fàn

3   S P O   adv V

◆ Nǐ gēn shéi yìqǐ qù ?

   你 跟 谁 一起 去 ?

◇ Wǒ gēn wǒ de nǚpéngyou yìqǐ qù .

   我 跟 我 的   女朋友   一起 去 。

nánpéngyou	boyfriend
tóngxué	schoolmate
tóngshì	colleague
àiren	
háizi	

4   T   S V O

◆ Jīntiān xiàwǔ nǐ yǒu kòngr ma ?

    今天   下午 你 有 空儿 吗 ?

◇ 3 diǎn yǐqián wǒ méi yǒu kòngr.

   3 点   以前 我 没 有 空儿 。

míngtiān zǎoshang
jīntiān wǎnshang
hòutiān zhōngwǔ
míngtiān shàngwǔ
xīngqītiān

5　　T　　　S V O

◆ Kàn diànyǐng yǐhòu nǐ qù nǎr ?

　看　　电影　以后 你 去 哪儿?

◇ Kàn diànyǐng yǐhòu wǒ qù shāngdiàn.

　看　　电影　以后 我 去　商店。

V	O	
mǎi	dōngxi	yǐhòu (yǐqián)
chī	fàn	
xià	bān	
shàng	kè	
hē	chá	

6　　S　adv V V O, 好吗?

◆ Wǒmen yìqǐ qù chī fàn, hǎo ma ?

　我们　一起 去 吃饭,　好 吗?

◇ Xíng .

　行。

kàn	diànyǐng
mǎi	dōngxi
hē	kāfēi
hē	chá
kàn	lǎoshī

7　S V 不 V　O

◆ Nǐ qù bú qù shāngdiàn ?

　你 去 不 去　商店?

◇ Wǒ bú qù shāngdiàn.

　我 不 去　商店。

xī	yān	*smoke*
kàn	diànyǐng	
mǎi	dōngxi	
hē	chá	
chī	fàn	

Grammar　　　　　　　　　　语法

● S P O　adv V O

你 跟 谁　一起 去 商店?
我 跟 朋友一起 去 商店。

介词"跟"组成的介词结构放在动词前作状语,如:
The prepositional construction 跟 ... is very often used in front of the verb as an adverbial adjunct, e. g.

● S adv V O

你　有 空儿 吗?
我 没 有 空儿。

动词"有"的否定用"没",如:
The negative form of the verb 有 is 没有, e. g.

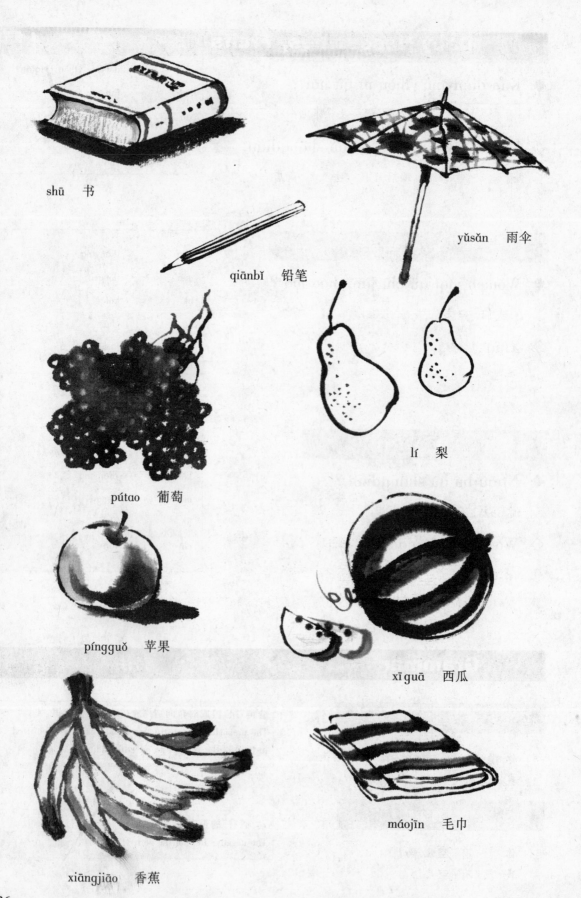

shū 书

yǔsǎn 雨伞

qiānbǐ 铅笔

lí 梨

pútao 葡萄

píngguǒ 苹果

xī guā 西瓜

máojīn 毛巾

xiāngjiāo 香蕉

36

◆ Zhè shì shénme ?

　　这　是　什么 ?

◇ Zhè shì shū. Nà shì shénme dōngxi ?

　　这　是　书。那　是　什么　东西 ?

◆ Nà shì shuǐguǒ.

　　那　是　水果。

◇ Nà shì shénme shuǐguǒ ?

　　那　是　什么　水果 ?

◆ Nà shì píngguǒ.

　　那　是　苹果。

◇ Zhè shì jǐ zhī gāngbǐ ?

　　这　是　几 支　钢笔 ?

◆ Zhè shì 3 zhī gāngbǐ.

　　这　是　3 支　钢笔。

◇ Nǐ yǒu méi yǒu cídiǎn ?

　　你　有　没　有　词典 ?

◆ Wǒ yǒu cídiǎn.

　　我　有　词典。

◇ Nǐ yǒu jǐ běn cídiǎn ?

　　你　有　几 本　词典 ?

◆ Wǒ yǒu 3 běn cídiǎn.

　　我　有　3 本　词典。

◇ Zhè běn cídiǎn shì nǐ de ma ?

　　这　本　词典　是　你　的 吗 ?

◆ Shì de, zhè běn cídiǎn shì wǒ de.

　　是　的，这　本　词典　是　我　的。

shū	n	book
dōngxi	n	thing
shuǐguǒ	n	fruit
píngguǒ	n	apple
zhī	m	(a measure word)
gāngbǐ	n	pen
cídiǎn	n	dictionary
běn	m	(a measure word)

1 S V O

◆ Zhè shì shénme ?

这 是 什么？

◇ Zhè shì shū.

这 是 书 。

bǐ	*(tool for writing)*	qiānbǐ	*pencil*
yuánzhūbǐ	*ball-pen*	máobǐ	*writing brush*
dìtú	*map*	zázhì	*magazine*
běnzi	*notebook*	bào	*newspaper*
wèishēngzhǐ	*toilet paper*	xiāngzào	*perfumed soap*
cānjīnzhǐ	*napkin paper*	máojīn	*towel*
yǔsǎn	*umbrella*	bēizi	*cup, glass*

2 S V O

◆ Nà shì shénme shuǐguǒ ?

那 是 什么 水果 ？

◇ Nà shì píngguǒ.

那 是 苹果 。

xiāngjiāo	*banana*	lí	*pear*
míhóutáo	*kiwi berry*	yīngtáo	*cherry*
cǎoméi	*strawberry*	xīguā	*watermelon*
pútao	*grape*	bōluó	*pineapple*
táo	*peach*	júzi	*orange*

3 S V O

◆ Zhè shì jǐ zhī gāngbǐ ?

这 是 几 支 钢笔 ？

◇ Zhè shì 3 zhī gāngbǐ.

这 是 3 支 钢笔 。

Measure Word		N	
gè	běnzi	bēizi	píngguǒ
zhāng	bào	dìtú	cānjīnzhǐ
běn	shū	zázhì	cídiǎn
zhī	bǐ	gāngbǐ qiānbǐ máobǐ	
tiáo	máojīn		
kuài	xiāngzào		
hé	yágāo	*toothpaste*	
bǎ	yǔsǎn		

4 S V 没 V O

◆ Nǐ yǒu méi yǒu cídiǎn ?

你 有 没 有 词典 ？

◇ Wǒ yǒu cídiǎn.

我 有 词典 。

qiānbǐ	yuánzhūbǐ
máobǐ	bēizi
dìtú	zázhì
běnzi	bào
wèishēngzhǐ	yǔsǎn

5 S V O

◆ Nǐ yǒu jǐ běn cídiǎn ?

你 有 几 | 本 | 词典 |?

◇ Wǒ yǒu 3 běn cídiǎn.

我 有 3 | 本 | 词典 |。

gè	běnzi	bēizi	píngguǒ
zhāng	bào	dìtú	cānjīnzhǐ
běn	shū	zázhì	cídiǎn
zhī	bǐ	gāngbǐ	qiānbǐ	máobǐ
kuài	xiāngzào		
bǎ	yǔsǎn		

6 S V O

◆ Zhè běn cídiǎn shì nǐ de ma ?

这 | 本 | 词典 | 是 你 的 吗?

◇ Zhè běn cídiǎn shì wǒ de.

这 | 本 | 词典 | 是 我 的。

bǐ	qiānbǐ	máobǐ
yuánzhūbǐ	zázhì	běnzi
bào	shū	wèishēngzhǐ
xiāngzào	máojīn	yǔsǎn
bēizi	yágāo	dìtú

Grammar   语法

● Numeral M N

一 　 个 　 人
两 　 个 　 商店
一 　 本 　 书
三 　 张 　 地图

数词不能单独作名词的定语,中间必须加量词,如:
A numeral alone cannot function as an attributive but must be combined with a measure word inserted between the numeral and the noun it modifies, e. g.

● M N

个 　 人 　 学生 　 商店
本 　 书 　 词典
张 　 报 　 地图
条 　 毛巾
把 　 雨伞

名词都有特定的量词,不能随便组合。"个"是用得最多的量词,可以用于指人、物、处所等名词前。如:
Every noun as a rule has its own specific measure word. Of all the measure words 个 is the most often used. It can be placed before a noun denoting a person, thing or place, e. g.

Rénmínbì 人民币   the Chinese currency

◆ Xiǎojiě, yǒu Běijīng dìtú ma ?

小姐, 有 北京 地图 吗?

◇ Yǒu, zhè xiē dōu shì. Nǐ yào nǎ zhǒng ?

有, 这些 都是。 你要 哪种?

◆ Zhè zhǒng dìtú duōshao qián yì zhāng ?

这 种 地图 多少 钱一 张?

◇ Liǎng kuài 5 yì zhāng.

两 块 5 一 张。

◆ Yào yì zhāng. Pútao duōshao qián yì jīn?

要 一 张。 葡萄 多少 钱 一 斤?

◇ Liǎng kuài 5 yì jīn. Nǐ yào jǐ jīn?

两 块 5 一 斤。你要 几斤?

◆ Wǒ yào 3 jīn bàn.

我 要 3 斤 半。

◇ Nín hái yào shénme ?

您 还要 什么?

◆ Hái yào 3 jīn cǎoméi. Xīguā zěnme mài ?

还要 3 斤 草莓。 西瓜 怎么 卖?

◇ 8 máo yì jīn. Yí gè chàbuduō yǒu 4 jīn.

8 毛 一 斤。 一个 差不多 有 4 斤。

◆ Zài lái yí gè xīguā. Yígòng duōshao qián?

再 来 一 个 西瓜。 一共 多少 钱?

◇ Yígòng 29 kuài 9 máo 5 fēn.

一共 29 块 9 毛 5 分。

◆ Wǒ méi língqián, zhè shi 50, nín zhǎo ba.

我 没 零钱, 这是 50, 您 找 吧。

yǒu	v	*there is*
xiē	m	*some*
yào	v	*want, wish*
zhǒng	m	*kind, sort*
duōshao	pro	*how many*
qián	n	*money*
kuài	m	*(unit of money = yuan)*
jīn	m	*0. 5 kg*
bàn	n	*half*
hái	adv	*also, as well*
zěnme	pro	*how*
mài	v	*sell*
máo	m	*(a unit of money: 0. 1 yuan)*
chàbuduō	adv	*almost, nearly*
zài	adv	*again*
lái	v	*take*
yígòng	adv	*all told, in all*
fēn	m	*(a unit of money, cent)*
língqián	n	*small change*
zhǎo	v	*give change*
ba	part	*(a modal particle)*

Substitution Drills 句型练习

1   V   O

◆ Xiǎojiě, yǒu Běijīng dìtú ma ?

    小姐， 有 北京 地图 吗?

◇ Yǒu, zhè xiē dōu shì.

    有， 这 些 都 是。

qiānbǐ	yuánzhūbǐ
zázhì	bēizi
běnzi	bào
xiāngjiāo	lí
yīngtáo	cǎoméi

2 S   V   O

◆ Nǐ yào nǎ zhǒng dìtú ?

    你 要 哪 种 地图 ?

◇ Wǒ yào zhè zhǒng dìtú.

    我 要 这 种 地图。

wèishēngzhǐ	xiāngzào
máojīn	yǔsǎn
cǎoméi	xī guā
pútao	bōluó
táo	júzi

3   S   N   O

◆ Zhè zhǒng dìtú duōshao qián yì zhāng?

    这 种 地图 多少 钱 一 张 ?

◇ Zhè zhǒng dìtú liǎng kuài 5 yì zhāng.

    这 种 地图 两 块 5 一 张。

qiānbǐ	1. 50	zhī
zázhì	6. 20	běn
bēizi	3. 45	gè
běnzi	5. 10	gè
yǔsǎn	54. 30	bǎ

4   O   V

◆ Xīguā zěnme mài ?

    西瓜 怎么 卖 ?

◇ 8 máo yì jīn.

    8 毛 一 斤。

cǎoméi	0. 50
xī guā	2. 30
pútao	3. 50
bōluó	8. 20
júzi	6. 10

42

5 S V O

◆ Nǐ yào jǐ jīn ?

你 要 几 斤 ?

◇ Wǒ yào 3 jīn bàn.

我 要 3斤 半 。

mǎi	bàn	jīn	
lái	1	jīn	bàn
yào	1	jīn	
mǎi	3	gè	
lái	4	zhāng	

6 S adj V O

◆ Nín hái yào shénme ?

您 还 要 什么?

◇ Zài lái yí gè xī guā.

再 来 1 个 西瓜 。

1	jīn	cǎoméi
bàn	jīn	pútao
3	gè	bōluó
4	gè	táo
5	gè	píngguǒ

Grammar   语法

● 这 M N

这 种 地图
这 个 月
那 个 老师

指示代词"这""那"作定语时,名词前要用量词。如:
When the demonstrative pronoun 这 or 那 functions as an attributive, the noun it qualifies also takes a measure word before it, e.g.

● ____ 些 · N

一 些 东西
这 些 本
那 些 本子
哪 些 人

"些"表示不定数量的量词,常与"这""哪"等连用,修饰名词。如:
些 is a measure word showing an indefinite quantity and is usually used after 这 or 哪 to modify nouns, e.g.

Xuěbì 雪碧 chéngzhī 橙汁 píjiǔ 啤酒 Kělè 可乐
Sprite   orange juice beer   Coca Cola

Máotái jiǔ   kuàngquánshǐ Bìluóchūn chá
茅台酒   矿泉水   碧螺春茶
Maotai spirit mineral water Biluochun tea

◆ Nǐ xǐhuān hē báijiǔ mạ?

你 喜欢 喝 白酒 吗?

◇ Bú tài xǐhuān hē báijiǔ, xǐhuān hē chá.

不 太 喜欢 喝 白酒, 喜欢 喝 茶。

◆ Nǐ xǐhuān hē huāchá háishì lùchá?

你 喜欢 喝 花茶 还是 绿茶?

◇ Huāchá. Wǒ jīngcháng hē huāchá.

花茶。 我 经常 喝 花茶。

◆ Nǐ hē guo lùchá ma?

你 喝 过 绿茶 吗?

◇ Méi yǒu. Lùchá guì bu guì? Hǎohē ma?

没 有。 绿茶 贵 不 贵? 好喝 吗?

◆ Bù piányi, hěn guì. Wǒ juéde hěn hǎohē.

不 便宜, 很 贵。 我 觉得 很 好喝。

◇ Nǐ yídìng shì nánfāngrén.

你 一定 是 南方人。

◆ Shì a. Nǐ zěnme zhīdào?

是 啊。你 怎么 知道?

◇ Yīnwèi běifāngrén hē huāchá, nánfāngrén

因为 北方人 喝 花茶, 南方人

xǐhuān hē lùchá. Nǐ hē guo lóngjǐng ma?

喜欢 喝 绿茶。 你 喝 过 龙井 吗?

◆ Dāngrán la. Xīhú lóngjǐng hěn yǒumíng.

当然 啦。西湖 龙井 很 有名。

◇ Kànlái, nǐ duì chá hěn liǎojiě.

看来, 你 对 茶 很 了解。

xǐhuān	v	like
báijiǔ	n	white spirit
tài	adv	too
huāchá	n	scented tea
háishì	conj	or
lùchá	n	green tea
jīngcháng	adv	often
guì	adj	expensive
hǎohē	adj	nice to drink
piányi	adj	cheap
juéde	v	feel, think
yídìng	adv	certainly
nánfāng	n	the South
zěnme	pro	why, how
zhīdào	v	know
yīnwèi	conj	because
běifāng	n	the North
lóngjǐng	n	(name of a tea)
la	part	(a modal particle)
Xīhú	n	the West Lake
yǒumíng	adj	famous
kànlái	v	it seems
duì	prep	for
liǎojiě	v	understand

Substitution Drills 句型练习

1 S V V O

◆ Nǐ xǐhuān hē báijiǔ ma ?

你 喜欢 喝 白酒 吗 ?

◇ Wǒ bú tài xǐhuān hē báijiǔ.

我 不 太 喜欢 喝 白酒 。

píjiǔ	n	beer
xiāngbīnjiǔ	n	champagne
wēishìji	n	whisky
pútaojiǔ	n	grape wine
hóngpútaojiǔ	n	red wine
báipútaojiǔ	n	white wine
máotáijiǔ	n	a white spirit

2 S V V O 还是 O ?

◆ Nǐ xǐhuān hē huāchá háishì lǜchá ?

你 喜欢 喝 花茶 还是 绿茶 ?

◇ Wǒ xǐhuān hē huāchá.

我 喜欢 喝 花茶 。

kuàngquánshuǐ	n	mineral water
júzishuǐ	n	orange juice
Xuěbì	n	Sprite
niúnǎi	n	milk
suānniúnǎi	n	yoghurt
kāfēi	n	coffee

3 S adv V O ?

◆ Nǐ jīngcháng hē shénme chá ?

你 经常 喝 什么 茶 ?

◇ Wǒ jīngcháng hē huāchá.

我 经常 喝 花茶 。

jiǔ	n	alcoholic drink
píjiǔ	n	beer
chá	n	tea
yǐnliào	n	beverage, drink
kāfēi	n	coffee

4 S V (S adv)

◆ Nǐ juéde lǜchá guì bu guì ?

你 觉得 绿茶 贵 不 贵 ?

◇ Wǒ juéde lǜchá hěn guì.

我 觉得 绿茶 很 贵 。

huāchá	n	scented tea
hóngchá	n	black tea
wūlóngchá	n	oolong tea
lóngjǐngchá	n	Dragon Well tea
Bìluóchūn	n	Biluochun tea
júhuāchá	n	chrysanthemum tea
bābǎochá	n	assorted tea

5 S adj

◆ Lùchá hǎohē ma ?

绿茶 好喝 吗？

◇ Lùchá hěn hǎohē.

绿茶 很 好喝。

n	adj	
píjiǔ	guì	
huāchá	piányi	
lóngjǐngchá	yǒumíng	
pútaojiǔ	nánhē	*bad to drink*

6 S P O V

◆ Nǐ duì chá liǎojiě ma ?

你 对 茶 了解 吗？

◇ Wǒ duì chá hěn liǎojiě.

我 对 茶 很 了解。

Zhōngguó	Měiguó
Běijīng	Shànghǎi
tā	tā de lǎoshī
nǐ de péngyou	zhè gè dìfāng
báijiǔ	píjiǔ

Grammar　　　语法

● S V O 还是 O ?

你 喝 花茶 还是 绿茶？
你 去 北京 还是 上海？
你 是 中国人 还是 美国人？

有一种疑问句是用连词"还是"连接两种可能的,由回答的人选择其一。如：
An alternative question is one formed of two statements joined by 还是 suggesting two different alternatives for the person addressed to choose from, e. g.

● S V (S adj)

我 觉得 绿茶 很贵。
我 觉得 茶 很好喝。

小句可以作某些动词的宾语。
The subject-predicate phrases can be used as object of some verbs, e. g.

● S P O V

他 对茶 很 了解。
我 对他 说。

介词"对"在动词前,如：
The preposition 对 and its object are placed before the verb, e. g.

Lǎo Shě Cháguǎn 老舍茶馆
Laoshe Teahouse

kāfēitīng 咖啡厅
Starbucks Coffee

cháhú 茶壶
tea pots

Dōng'ān Cházhuāng 东安茶庄
Dong'an Teahouse

◆ Nǐ è bú è?

你 饿 不 饿？

◇ Bú è. Wǒ hěn lèi, érqiě yǒudiǎnr kě.

不饿。我 很 累，而且 有点儿 渴。

◆ Jīntiān tài máng, wǒ yě shì yòu lèi yòu kě.

今天 太 忙， 我 也 是 又 累 又 渴。

◇ Zánmen qù kāfēitīng hē diǎnr shénme ba?

咱们 去 咖啡厅 喝 点儿 什么 吧？

◆ Xíng, wǒ tóngyì.

行， 我 同意。

◇ Wǒ qù xià cèsuǒ, yíhuìr zài kāfēitīng jiàn.

我 去 下 厕所， 一会儿 在 咖啡厅 见。

◆ Hǎo ba. Yíhuìr wǒ zài ménkǒu děng nǐ.

好 吧。一会儿 我 在 门口 等 你。

★ Xiānsheng, nǐmen hē diǎnr shénme?

先生， 你们 喝 点儿 什么？

◇ Yào bēi kělè. Nǐmen zhèr yǒu píjiǔ ma?

要 杯 可乐。 你们 这儿 有 啤酒 吗？

★ Yǒu, yǒu Qīngdǎo píjiǔ hé Yānjīng píjiǔ.

有， 有 青岛 啤酒和 燕京 啤酒。

◇ Yǒu Fǎguó pútaojiǔ ma?

有 法国 葡萄酒 吗？

★ Duì bù qǐ, wǒmen zhèr méi yǒu.

对不起， 我们 这儿 没 有。

◇ Nà, lái yì píng píjiǔ hé yì hú chá.

那， 来 一 瓶 啤酒 和 一 壶 茶。

è	adj	hungry
kě	adj	thirsty
érqiě	cong	and also
yǒudiǎnr	adv	a little
lèi	adj	tired
máng	adj	busy
yòu. . . yòu. . .	cong	both. . . and. . .
zánmen	pro	we
kāfēitīng	n	coffee house
ba	part	(a modal particle)
xíng	adj	all right
tóngyì	v	agree
xià	m	a bit
yíhuìr	adv	a moment
jiàn	v	see
ménkǒu	n	entrance
děng	v	wait
diǎnr	n	a little
bēi	m	glass
kělè	n	Coca Cola
zhèr	pro	here
Qīngdǎo	n	Qingdao City
Yānjīng	n	(a beer brand)
nà	conj	then
píng	n	bottle
hé	conj	and
hú	n	pot

Substitution Drills 句型练习

1 S adj

◆ Nǐ è bú è ?

你 饿 不饿 ?

◇ Wǒ bú è.

我 不 饿。

adj	
kě	*thirsty*
lèi	*tired*
máng	*busy*
gāoxìng	*glad , happy*

2 S V V O, 行 吗 ?

◆ Zánmen qù hē diǎnr shénme, xíng ma ?

咱们 去 喝 点儿 什么 , 行 吗 ?

◇ (Bù) xíng .

（不） 行 。

V	V	N
qù	mǎi	dōngxi
qù	hē	chá
qù	chī	fàn
qù	hē	kāfēi

3 sentence, S V

◆ Zánmen qù kāfēitīng, nǐ tóngyì ma ?

咱们 去 咖啡厅 , 你 同意 吗 ?

◇ Wǒ (bù) tóngyì.

我 （不） 同意。

V	N
qù	Zhōngguó fànguǎn
hē	chá
chī	fàn
mǎi	zhè běn cídiǎn

4 S P O V O

◆ Nǐ zài nǎr děng wǒ ?

你 在 哪儿 等 我 ?

◇ Wǒ zài kāfēitīng ménkǒu děng nǐ.

我 在 咖啡厅 门口 等 你。

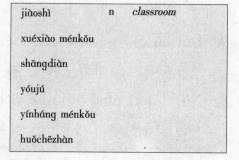

jiàoshì   n *classroom*

xuéxiào ménkǒu

shāngdiàn

yóujú

yínháng ménkǒu

huǒchēzhàn

50

5 S V O

◆ Nín hē diǎnr shénme ?

　您　喝　点儿　什么 ？

◇ Wǒ yào bēi kělè.

　我　要 杯 可乐 。

V	M	O
yào	bēi	kāfēi
yào	píng	píjiǔ
lái	hú	chá
lái	bēi	pútaojiǔ

6 S V O

◆ Nǐmen zhèr yǒu píjiǔ ma ?

　你们 这儿 有 啤酒 吗 ？

◇ Yǒu, yǒu Qīngdǎo píjiǔ hé Yānjīng píjiǔ.

　有， 有 青岛 啤酒 和 燕京 啤酒 。

tā nàr
nǐ nàr
tāmen nàr
lǎoshī nàr
nǐ péngyou zhèr

Grammar　　　　　　　　　　语法

● S 又 adj 又 adj

　我 又 累 又 渴 。

　啤酒 又 便宜 又 好喝 。

"又……又"可以连接两个形容词。如：
又 ... 又 can link two adjectives, e. g.

● S V V O

　咱们 去 喝 点儿什么吧 。

　咱们 去 上 课吧 。

"咱们"包括说话人和对方. 如：
咱们 include both the speaker and the listener, e. g.

● pro/n 这(那)儿

　你们　　这儿

　她们　　那儿

　我朋友　那儿

如果在人称代词和表示人物的名词后加"这儿"或"那儿"就成了表示地点的词组。如：
If a personal pronoun or a noun referring to a person indicates a place, it should be followed by 这儿 (this place) or 那儿 (that place), e. g.

菜 谱 Menu

菜名 Dish	单价(元) price
素菜类	
干烧四季豆	10
茄汁鲜蘑	12
炒金针菇	12
香菇菜心	12
蒜茸空心菜	8
炝豆芽	6
烧茄子	10
姜汁菠菜	8

菜名 Dish	单价(元) price
海鲜类	
清炒虾仁	20
五香鱼	16
煎熘鱼片	20
干烧鱼	18
炒墨鱼	16
水晶虾	22
红烧海参	24
清蒸平鱼	22

菜名 Dish	单价(元) price
肉 类	
鱼香肉丝	10
宫爆鸡丁	10
糖醋排骨	28
焦熘肉片	12
辣子肉丁	10
炸叉烧肉	14
盐煎肉	12
炒腰片	14

菜名 Dish	单价(元) price
沙锅、煲类	
青茄豆腐煲	16
鳝鱼煲	20
茄子煲	16
三鲜豆腐煲	18
砂锅排骨	20
砂锅羊肉	16
砂锅胖头鱼	18
砂锅丸子	18

◆ Nǐ xǐhuān chī Zhōngcān háishì Xīcān ?

你 喜欢 吃 中餐 还是 西餐？

◇ Wǒ fēicháng xǐhuān chī Zhōngcān.

我 非常 喜欢 吃 中餐。

◆ Nǐ zuì xǐhuān chī shénme ?

你 最 喜欢 吃 什么？

◇ Wǒ zuì xǐhuān chī jiǎozi.

我 最 喜欢 吃 饺子。

◆ Nǐ chī guo kǎoyā méi yǒu ?

你 吃 过 烤鸭 没 有？

◇ Méi chī guo, hǎochī ma ?

没 吃 过， 好吃 吗？

◆ Búcuò, nǐ yīnggāi cháng yi cháng.

不错， 你 应该 尝 一 尝。

◇ Nǐ zhīdào zhè shì shénme cài ma ?

你 知道 这 是 什么 菜 吗？

◆ Zhè shì liángcài, yě jiào xiàjiǔcài.

这 是 凉菜， 也 叫 下酒菜。

◇ Càidān shang yǒu shénme rècài ?

菜单 上 有 什么 热菜？

◆ Yǒu qīngcài, yú, ròu, jī hé hǎixiān.

有 青菜、 鱼、 肉、 鸡 和 海鲜。

◇ Nǐ cháng chī shénme zhǔshí ?

你 常 吃 什么 主食？

◆ Mǐfàn hé mántou.

米饭 和 馒头。

Zhōngcān	n	Chinese meal
Xīcān	n	Western-style meal
fēicháng	adv	very, extremely
zuì	adv	most, -est
jiǎozi	n	dumpling
kǎoyā	n	roast duck
hǎochī	adj	delicious
búcuò	adj	not bad
yīnggāi	v	should, must
cháng	v	taste
zhīdào	v	know
cài	n	dish
liángcài	n	cold dish
xiàjiǔcài	n	cold dish
càidān	n	menu
shàng	n	on
rè	n	hot
rècài	adj	hot dish
qīngcài	n	vegetables
yú	n	fish
ròu	n	meat
jī	n	chicken
hǎixiān	n	seafood
cháng	n	often
zhǔshí	adv	staple food
mǐfàn	n	cooked rice
mántou	n	steamed bun

1 S V V O 还是 O

◆ Nǐ xǐhuān chī Zhōngcān háishì Xīcān?

你 喜欢 吃 中餐 还是 西餐?

◇ Wǒ fēicháng xǐhuān chī Zhōngcān.

我 非常 喜欢 吃 中餐。

Zhōngguófàn	n	Chinese meal
Fǎguófàn	n	French meal
qīngcài	n	vegetables
yú	n	fish
ròu	n	meat
jī	n	chicken
hǎixiān	n	seafood

2 S adv V V O

◆ Nǐ zuì xǐhuān chī shénme?

你 最 喜欢 吃 什么?

◇ Wǒ zuì xǐhuān chī jiǎozi.

我 最 喜欢 吃 饺子。

miàntiáo	n	noodles
kǎoyā	n	roast duck
jiàngniúròu	n	beef cooked in soy sauce
bànhuángguā	n	cucumber salad
huāshēngmǐ	n	shelled peanut
yúxiāngròusī	n	"fish-smelling" hot shredded meat

3 S V 过 O 没 有

◆ Nǐ chī guo kǎoyā méi yǒu?

你 吃 过 烤鸭 没 有?

◇ Méi chī guo.

没 吃 过。

bāozi	n	steamed stuffed bun
miàntiáo	n	noodles
jiǎozi	n	dumpling
xiānggū	n	mushroom

4 S V（S V O）

◆ Nǐ zhīdào zhè shì shénme cài ma?

你 知道 这 是 什么 菜 吗?

◇ Zhè shì liángcài.

这 是 凉菜。

kǎoyā	n	roast duck
niúròu	n	beef
zhūròu	n	pork
yángròu	n	mutton
xiā	n	shrimp

5 S V O

◆ Càidān shang yǒu shénme rècài ?

  菜单　上　有　什么　热菜？

◇ Yǒu qīngcài, yú, ròu, jī hé hǎixiān.

  有 青菜、　鱼、　肉、　鸡 和 海鲜 。

xiānggū	n	mushroom
càixīnr	n	heart of a cabbage
yóucài	n	rape
tāng	n	soup
huángguā	n	cucumber
xīhóngshì	n	tomato
jīdàn	n	egg

6 S adv V O

◆ Nǐ cháng chī shénme zhǔshí ?

  你　常　吃　什么　主食？

◇ Mǐfàn hé mántou.

  米饭　和　馒头 。

miànbāo	n	bread
bāozi	n	steamed stuffed bun
miàntiáo	n	noodles
jiǎozi	n	dumplings
mǐfàn	n	cooked rice

Grammar　　　　　　　　　　　语法

● S V 过 O 没有？

  你　去　过　北京　没有？
  你　吃　过　饺子　没有？

使用动态助词"过"的句子,其正反疑问方式是:
In sentences with the aspect particle 过 the affirmative-negative form of a question is:

● S V V—V

  你　应该　尝一尝。
  你　应该　看一看。

表示动作的动词可以重叠,重叠后常表示动作经历的时间短促或轻松、随便。如:
Verb denoting action can be repeated. This device is usually employed when one wishes to indicate that the action is of a very short duration, to soften the tone or to make it sound relaxed or informal, e. g.

jiǎozi　饺子　dumplings

mántou　馒头　steamed bread

yú　鱼　fish

bāozi　包子　steamed stuffed bun

dāochā　刀叉　Western cutlery

wǎnkuài　碗筷　Chinese tableware

◆ Nǐmen èr wèi chī diǎnr shénme ?

你们 二 位 吃 点儿 什么 ?

◇ Yǒu càidān ma ? Xiān kàn yí xià càidān.

有 菜单 吗 ? 先 看 一下 菜单。

◆ Zhè shì càidān. Nǐmen xiān kàn yí xià.

这 是 菜单。 你们 先 看 一下。

◇ Xiān lái 3 gè liángcài, yígè bànhuángguā,

先 来 三个 凉菜, 一个 拌黄瓜,

yì pánr huāshēngmǐ, yí gè jiàngniúròu.

一 盘儿 花生米, 一个 酱牛肉。

◆ Rècài ne? Yào shénme rècài ?

热菜 呢? 要 什么 热菜 ?

◇ Lái bàn zhī kǎoyā, yí gè yúxiāngròusī.

来 半 只 烤鸭, 一个 鱼香肉丝。

◆ Yào shénme tāng?

要 什么 汤 ?

◇ Yí gè xīhóngshì jīdàn tāng , yì wǎn mǐfàn.

一个 西红柿 鸡蛋 汤, 一 碗 米饭。

Ná 3 gè bēizi. Tā bú huì yòng kuàizi,

拿 三 个 杯子。 她 不 会 用 筷子,

nín gěi ná gè sháozi hé yí fù dāozi, chāzi.

您 给 拿 个 勺子 和 一 副 刀子、 叉子。

◆ Hái yào shénme ma ?

还 要 什么 吗?

◇ Bú yào le. … Xiǎojiě, jiézhàng.

不 要 了。 …… 小姐, 结账。

wèi	m	(a measure word)
càidān	n	menu
xiān	adv	first, ealier
yíxià	m	once, one time
bànhuángguā	n	cucumber salad
pán	n	plate
huāshēngmǐ	n	shelled peanut
jiàngniúròu	n	beef cooked in soy sauce
zhī	n	(a measure word)
yúxiāngròusī	m	"fish-smelling" hot shredded meat
tāng	n	soup
wǎn	n	bowl
ná	v	take
bēizi	n	glass
huì	v	know
yòng	v	use
kuàizi	n	chopsticks
gěi	v	give
sháozi	n	ladle
fù	m	(a measure word)
dāozi	n	knife
chāzi	n	fork
le		(a modal particle)
jiézhàng	v	settle accounts

Substitution Drills　句型练习

1　　S　　V　　O

◆ Nǐmen èr wèi chī diǎnr shénme ?

　　你们 二 位 吃 点儿 什么 ?

◇ Lái yì zhī kǎoyā.

　　来 一 只 烤鸭 。

gè	liángcài
gè	xiàjiǔcài
pánr	huāshēngmǐ
gè	rècài
wǎn	mǐfàn
gè	yúxiāngròusī

2　V　O

◆ Yǒu càidān ma ?

　　有 菜单 吗 ?

◇ Yǒu, zhè shì càidān.

　　有， 这 是 菜单 。

bāozi	n	*steamed stuffed bun*
miàntiáo	n	*noodles*
jiǎozi	n	*dumplings*
kǎoyā	n	*roast duck*
yú	n	*fish*

3　V　O

◆ Yào shénme rècài ?

　　要 什么 热菜 ?

◇ Lái yí gè yúxiāngròusī.

　　来 一 个 鱼香肉丝 。

kǎoyā	n	*roast duck*
niúròu	n	*beef*
zhūròu	n	*pork*
yángròu	n	*mutton*
xiā	n	*shrimp*

4　S V 不 V V O

◆ Nǐ huì bú huì yòng kuàizi ?

　　你 会 不 会 用 筷子 ?

◇ Wǒ huì yòng kuàizi.

　　我 会 用 筷子 。

tā de gēge	dāozi
tā de péngyou	chāzi
nǐ de tóngxué	cídiǎn
nǐ de bàba	kuàizi
tā de māma	máobǐ

5   S   V   O

◆ Nín yào shénme zhǔshí ?

您 要 什么 主食？

◇ Yìwǎn mǐfàn, liǎng gè mántou.

一 碗 米饭 ， 两 个 馒头 。

3	gè	miànbāo
4	gè	bāozi
1	wǎn	miàntiáo
bàn	jīn	jiǎozi
3	wǎn	mǐfàn

6   adv V   O

◆ Hái yào shénme ma ?

还 要 什么 吗？

◇ Ná 3 gè bēizi.

拿 三 个 杯子 。

liǎng	gè	bēizi
1	bǎ	dāozi
1	fù	kuàizi
3	gè	chāzi
1	zhāng	cānjǐnzhǐ

Grammar   语法

● S   V O 了

我 不 要   了 。
她 不 去 上海 了 。
他   是 老师 了 。

在句尾加语气助词"了"表示情况的变化，如：
When the modal particle 了 is added at the end of a sentence, it indicates changed circumstances.

● S   V V O

我 会 用 筷子 。
我 喜欢 吃 中餐 。
我 想 去 北京 。
你 应该 买 一张地图 。

能愿动词"会""想""要""应该"用在动词前，如：
Helping verbs such as 会，想，要 and 应该 are more often than not to appear before verbs to express ability, possibility, intention or wishes.

59

Běijīng kǎoyādiàn
北京烤鸭店
Beijing Quanjude Roast Duck Restaurant

Shànghǎi fànguǎn
上海饭馆
a Shanghai restaurant

Sìchuān fànguǎn
四川饭馆
a Sichuan restaurant

Běijīng lǎozìhào fànguǎn
北京老字号饭馆
an old-time Beijing hot-pot
restaurant still going strong

◆ Zhè shì yì jiā Sìchuān fànguǎnr ba ?

这 是 一家 四川 饭馆儿 吧？

◇ Tīngshuō nǐ ài chī là de, suǒyǐ jīntiān qǐng

听说 你 爱 吃 辣 的，所以 今天 请

nǐ chī Chuāncài. Nǐ ài chī tián de ma?

你 吃 川菜。 你 爱 吃 甜 的 吗？

◆ Bù, ài chī xián de. Wǒ shì Běifāngrén.

不，爱 吃 咸 的。我 是 北方人。

◇ Yě jiù shì shuō, nánfāngrén ài chī tián de.

也 就 是 说， 南方人 爱 吃 甜 的。

◆ Yìbān lái shuō, tāmen ài chī qīngdàn de.

一般 来 说， 他们 爱 吃 清淡 的。

◇ Wǒ diǎn le jǐ gè míngcài, nǐ chángchang.

我 点 了 几个 名菜， 你 尝尝。

◆ Búcuò. Lái, wèi wǒmen de yǒuyì gānbēi !

不错。 来， 为 我们 的 友谊 干杯！

◇ Gānbēi. Mànmān chī. Zhè gè cài là bú là ?

干杯！ 慢慢 吃。 这 个 菜 辣 不 辣？

◆ Gòu là de. Nà gè cài yǒudiǎnr dàn.

够 辣 的。 那 个 菜 有点儿 淡。

◇ Xiǎojiě, yǒu yán ma ? Ná diǎnr yán lái.

小姐， 有 盐 吗？ 拿 点儿 盐 来。

Yòng xìnyòngkǎ jiézhàng, kěyǐ ma ?

用 信用卡 结账， 可以 吗？

★ Bù xíng. Wǒmen zhèr zhǐ shōu xiànjīn.

不 行。 我们 这儿 只 收 现金。

jiā	m	(a measure word)
ba	part	(a modal particle)
tīngshuō	v	be told
ài	v	like
là	adj	peppery
suǒyǐ	conj	so, therefore
qǐng	v	invite
Chuāncài	n	Sichuan food
tián	adj	sweet
xián	adj	salted
yějiùshìshuō	v	that is to say
yìbānláishuō	n	generally
qīngdàn	adj	light, not greasy
diǎn	v	order (dishes)
míngcài	n	famous dish
wèi	prep	for
gānbēi	v	drink a toast
màn	adj	slow
gòu...de	adv	enough
dàn	adj	light
yán	n	salt
ná	v	take
xìnyòngkǎ	n	credit card
kěyǐ	v	passable
zhǐ	adv	only
shōu	v	accept
xiànjīn	n	cash

1　S V　O

◆ Zhè shì yì jiā Sìchuān fànguǎnr ba ?

　这　是　一家　四川　饭馆儿　吧？

◇ Shì de.

　是　的。

N
Guǎngdōng
Shāndōng
Dōngběi
Shànghǎi

2　T S V O V O

◆ Jīntiān nǐ qǐng wǒ chī shénme ?

　今天　你　请　我　吃　什么？

◇ Wǒ qǐng nǐ chī Chuāncài.

　我　请　你　吃　川菜。

N
Yuècài
Lǔcài
Fǎguócài
xīcān

3　S V V　O

◆ Nǐ ài chī tián de ma ?

　你　爱　吃　甜　的　吗？

◇ Wǒ (bú) ài chī tián de.

　我　（不）　爱　吃　甜　的。

adj	
xián	salted
là	peppery
suān	acid, sour
tián	sweet

4　S　　adj

◆ Zhè gè cài là bú là ?

　这　个　菜　辣　不　辣？

◇ Gòu là de.

　够　辣　的。

adj	
xián	salted
là	peppery
suān	acid, sour
tián	sweet

5   P   O   V

◆ Wèi wǒmen de yǒuyì gānbēi !

为 我们 的 友谊 干杯!

◇ Gānbēi!

干杯!

nǐ de jiànkāng	*health*
wǒmen de chénggōng	*success*
nǐ de shēngrì	*birthday*
liǎng guó rénmín de yǒuyì	

6   V   O   ?   V   O   V

◆ Yǒu yán ma ? Ná diǎnr yán lái.

有 盐 吗? 拿 点儿 盐 来。

◇ Yǒu, zhè shì yán hé jiàngyóu.

有, 这 是 盐 和 酱油。

N	
táng	*sugar*
cù	*vinegar*
jiàngyóu	*soy sauce*
làjiāo	*hot pepper*

Grammar   语法

●   S   V   O   V   O

我 请 你 吃 川菜。
他 请 我 看 电影。
我 请 朋友 来 我家。

有一种句子,谓语由两个动词结构构成,前一个动词的宾语是后一个动词的主语,这种句子叫兼语句。"请"可以用作兼语句的第一个动词。

There is a kind of sentence composed of two verbal constructions in which the object of the first verb is at the same time the subject of the following verb. Such sentence is known as a pivotal sentence. The verb 请 can be used as the first verb in this kind of sentence.

●   adj 的

辣 的
甜 的
大 的

形容词后加"的"成名词性结构,如:

The constructions composed of an adjective and the structural particle 的 are nominal constructions, e. g.

dàifu　大夫　a doctor

jiàoshī　教师　a teacher

diànyuán　店员　a waitress

quánjiā tú　全家图　a family

◆ Shéi ya ? Děng yíhuìr.

谁 呀? 等 一会儿。

◇ Shì wǒ, Xiǎo Wáng .

是 我, 小 王。

◆ Qǐng jìn. Qǐng zuò. Qǐng hē chá.

请 进。 请 坐。 请 喝 茶。

◇ Xièxie ! Nǐ àirén zài jiā ma ?

谢谢! 你 爱人 在 家 吗？

◆ Zài. Wǒ jièshào yíxià, zhè shì wǒ àirén.

在。 我 介绍 一下, 这 是 我 爱人。

◇ Nǐ jiā yǒu jǐ kǒu rén ?

你 家 有 几 口 人？

◆ 5 kǒu rén, hái yǒu wǒ fùmǔ hé yígè háizi.

五 口 人, 还 有 我 父母 和 一个 孩子。

◇ Tīngshuō, nǐ yǒu yí gè jiějie, shì ma ?

听说, 你 有 一 个 姐姐, 是 吗？

◆ Shì a. Tā zài Běijīng gōngzuò.

是 啊。她 在 北京 工作。

◇ Tā zuò shénme gōngzuò ?

她 作 什么 工作？

◆ Tā shì dàifu.

她 是 大夫。

◇ Tā zài nǎ gè yīyuàn gōng zuò?

她 在 哪 个 医院 工作？

◆ Tā zài Běijīng Yīyuàn gōngzuò.

她 在 北京 医院 工作。

ya	part	(a modal particle)
děng	v	wait
yíhuìr	n	a little while
xiǎo	adj	little, young
qǐng	v	please
jìn	v	enter
zuò	v	sit
zài	v	be at
jiā	n	home, family
jièshào	v	introduce
yíxià	m	once, a bit
kǒu	m	(a measure word)
fùmǔ	n	parents
tīngshuō	part	be told
a	v	(a modal particle)
gōngzuò	v, n	work, job
dàifu	n	doctor
yīyuàn	n	hospital

1　S　V　O

◆ Nǐ àirén zài jiā ma ?

你 爱人 在 家 吗？

◇ Zài.

在。

yéye	*grandfather*	bàba
nǎinai	*grandmother*	māma
zǔfù	*grandfather*	gēge
zǔmǔ	*grandmother*	dìdi
fùqin	*father*	jiějie
mǔqin	*mother*	mèimei
érzi	*son*	háizi
nǚ'ér	*daughter*	

2　S　V　O

◆ Nǐ jiā yǒu jǐ kǒu rén ?

你 家 有 几 口 人？

◇ 5 kǒu rén.

五 口 人。

tā	3
nǐ péngyou	4
Zhāng lǎoshī	5
nǐ de tóngxué	6
Wáng xiǎojiě	7

3　V　(S　V　O)

◆ Tīngshuō, nǐ yǒu yí gè jiějie, shì ma ?

听说， 你 有 一个 姐姐 ， 是 吗？

◇ Shì a.

是 啊。

1	gēge
2	dìdi
2	jiějie
3	háizi
1	érzi
2	nǚ'ér

4　S　P　O　V

◆ Tā zài nǎr gōngzuò ?

她 在 哪儿 工作？

◇ Tā zài yīyuàn gōngzuò.

她 在 医院 工作。

wǒ	gōngsī	*company*
tā de gēge	dàxué	
tā de péngyou	yínháng	
wǒ de tóngxué	yóujú	
wǒ de bàba	shāngdiàn	
tā de māma	shūdiàn	

5 S V O

◆ **Tā zuò shénme gōngzuò?**
她 做 什么 工作？

◇ **Tā shì dàifu.**
她 是 大夫 。

gōngchéngshī	*engineer*	lùshī	*lawyer*
zhíyuán	*office worker*	sījī	*driver*
jīnglǐ	*manager*	gōngrén	*worker*
shāngrén	*businessman*	nóngmín	*peasant*
gōngsī zhíyuán	*company office worker*		
gōngwùyuán	*civil servant*	fúwùyuán	*attendant*
shòuhuòyuán	*shop assistant*		

6 请 V O

◆ **Qǐng jìn.**
请 进 。

zuò	kànyíxià
hē chá	chángyìcháng
hē kāfēi	jièshàoyíxià

7 S V （S V O）

◆ **Wǒ jièshào yíxià, zhè shì wǒ àirén.**
我 介绍 一下， 这 是 我 爱人 。

wǒ fùqin	wǒ de péngyou
wǒ de lǎoshī	tā de gēge
wǒ de háizi	tā de érzi

Grammar   语法

● S P O V O

我 在 医院 工作。
他 在 大学 上 班。

介词"在"跟它的宾语组成的介词结构，作状语时在动词前。如：
The preposition 在, together with its object, forms a prepositional construction, which is often placed before the verb as an adverbial adjunct, e.g.

● S V 一下

我 介绍 一下。
你 看 一下。

"下"是动量词，动量词在动词后。"一下"表示动作经历的时间短暂，如：
下 is a verbal measure word. The verbal measure words are placed after the verb. 一下 shows that an action lasts for a very short time, e.g.

● N N

北京 医院
大学 老师
公司 职员

名词作定语，是说明中心语性质的，一般不用"的"。如：
When a noun is used to modify another noun, it usually doesn't take 的 after it, e.g.

Nǐhǎo 你好

How do you do!

Yīngyǔ   英语

Comment allez – vous!

Fǎyǔ   法语

Guten Tag!

Déyǔ   德语

¡Cómo está usted!

Xībānyáyǔ   西班牙语

こんにちは。

Rìyǔ   日语

أهلا وسهلا

Ālābóyǔ   阿拉伯语

Buon giorno!

Yìdàlìyǔ   意大利语

Здравствуй!

Éyǔ   俄语

◆ Nǐ shì xuésheng ba ?

你 是 学生 吧 ?

◇ Shì de, wǒ shì dàxuéshēng .

是 的, 我 是 大学生。

◆ Nǐ shì nǎ gè dàxué de xuésheng ?

你 是 哪个 大学 的 学生 ?

◇ Wǒ shì Běijīng Dàxué de xuésheng .

我 是 北京 大学 的 学生。

◆ Nǐ xuéxí shénme zhuānyè ?

你 学习 什么 专业 ?

◇ Xuéxí Hànyǔ. Shì Lǐ lǎoshī jiāo wǒmen.

学习 汉语。 是 李 老师 教 我们。

◆ Nǐmen xuéxí wàiyǔ ma ?

你们 学习 外语 吗 ?

◇ Wǒ xué Yīngyǔ. Nǐ huì shuō Yīngyǔ ma?

我 学 英语。 你 会 说 英语 吗 ?

◆ Huì shuō yìdiǎnr. Nǐ kǒuyǔ zěnmeyàng ?

会 说 一点儿。 你 口语 怎么样 ?

◇ Bù hǎo. Nǐ Yīngyǔ shuō de zěnmeyàng ?

不 好。 你 英语 说 得 怎么样 ?

◆ Hái kěyǐ. Lǎoshī jiāo de bǐjiào hǎo.

还 可以。 老师 教 得 比较 好。

◇ Nǐ juéde Yīngyǔ nánxué ma ?

你 觉得 英语 难学 吗 ?

◆ Bú tài nán, dànshì yào duō tīng, duō shuō.

不 太 难, 但是 要 多 听, 多 说。

ba	part	*(a modal particle)*
shìde		*right, yes*
dàxuéshēng	n	*college student*
dàxué	n	*university*
xuéxí	v	*learn*
zhuānyè	n	*speciality*
Hànyǔ	n	*Chinese*
jiāo	v	*teach*
wàiyǔ	n	*foreign language*
shuō	v	*speak, say*
Yīngyǔ	n	*English*
yìdiǎnr	m	*a little*
kǒuyǔ	n	*spoken language*
zěnmeyàng	pro	*how*
hǎo	adj	*good, well*
de	part	*(a structural particle)*
háikěyǐ		*passable*
bǐjiào	adv	*relatively*
nánxué	adj	*difficult to learn*
tài	adv	*too*
nán	adj	*difficult*
dànshì	conj	*but*
yào	v	*should*
duō	adj	*many*
tīng	v	*listen*

Substitution Drills 句型练习

1 S V O

◆ Nǐ shì xuésheng ba ?

你 是 学生 吧 ?

◇ Shì de.

是 的。

dàxuéshēng	college student
zhōngxuéshēng	middle school student
xiǎoxuéshēng	primary school student
wàiguórén	foreigner
lǎoshī	teacher

2 S V N 的 O

◆ Nǐ shì nǎ gè dàxué de xuésheng ?

你 是 哪 个 大学 的 学生 ?

◇ Wǒ shì Běijīng Dàxué de xuésheng.

我 是 北京 大学 的 学生。

dàxué		lǎoshī
gōngsī	company	zhíyuán
yīyuàn		dàifu
xuéxiào	school	xuésheng
gōngchǎng	factory	gōngrén
yínháng		zhíyuán

3 S V O

◆ Nǐ xuéxí shénme zhuānyè ?

你 学习 什么 专业 ?

◇ Xuéxí Hànyǔ.

学习 汉语。

fǎlǜ	n	law
jīngjì	n	economics
yīxué	n	medicine
lìshǐ	n	history
wénxué	n	literature
shùxué	n	mathematics
xīnlǐxué	n	psychology

4 S V V O

◆ Nǐ huì shuō Yīngyǔ ma ?

你 会 说 英语 吗 ?

◇ Huì shuō yìdiǎnr.

会 说 一点儿。

Hànyǔ	n	Chinese
wàiyǔ	n	foreign language
Yīngyǔ	n	English
Fǎyǔ	n	French
Rìyǔ	n	Japanese
Déyǔ	n	German

5 S O V 得 adj

◆ Nǐ Yīngyǔ shuō de zěnmeyàng?

你 英语 说 得 怎么样？

◇ Hái kěyǐ.

还可以 。

V		adj
jiāo		hǎo
shuō		búcuò
xiě	*write*	háikěyǐ
zuò		fēicháng hǎo

6 S V O O

◆ Shéi jiāo nǐmen kǒuyǔ?

谁 教 你们 口语 ？

◇ Zhāng lǎoshī jiāo wǒmen kǒuyǔ.

张 老师 教 我们 口语 。

N	N	
Wáng lǎoshī	kǒuyǔ	
Zhāng lǎoshī	yǔfǎ	*grammar*
Lǐ lǎoshī	yǔyīn	*pronunciation*
Mǎ lǎoshī	hànzì	*Chinese character*

Grammar　　　　　　　语法

● S O V 得 adj

你 汉语 说 得 怎么样?
他 英语 说 得 好不好?
她 汉语 教 得 不错。

简单程度补语由形容词担任。动词和程度补语之间要加"得"。否定形式是把"不"放在形容词之前。如：
Simple complement of degree is usually made of adjective and the structural particle 得 which is used to connect the verb and its complement of degree. The negative form is made by adding 不 before the complement, e. g.

● S V O O

王老师 教 我们 口语。
张老师 教 他们 语法。

动词"教"可以带双宾语。间接宾语在前，直接宾语在后，如：
The verb 教 can take two objects. The first one, mostly a personal noun or pronoun, is called an indirect object and the second one, mostly a noun of non-personal reference, is named the direct object, e. g.

● 你是学生吧?
她会说英语吧?
你去北京吧?

"吧"有时是表示对不肯定状态的询问语气。如：
One usage of the modal particle 吧 is to express an interrogative tone of a guess, e. g.

hútòng 胡同　a lane

diànhuàtíng 电话亭　a telephone booth

lóupáihào 楼牌号　an address sign

míngpiàn 名片　a card

◆ Nǐ zhù nǎr ?

你 住 哪儿？

◇ Wǒ zhù Xuéyuànlù 15 hào, shì Hǎidiànqū.

我 住 学院路 15 号，是 海淀区。

◆ Nǐ zhù de shì lóufáng háishì píngfáng ?

你 住 的 是 楼房 还是 平房？

◇ Shì lóufáng. Wǒ zhù 8 lóu.

是 楼房。 我 住 8 楼。

◆ Nǐ zhù zài jǐ céng ?

你 住 在 几 层？

◇ Wǒ zhù 13 céng.

我 住 13 层。

◆ Nǐ zhù duōshao hào fángjiān ?

你 住 多少 号 房间？

◇ 214 hào fángjiān.

214 号 房间。

◆ Nǐ néng gàosu wǒ nǐ jiā de diànhuà ma ?

你 能 告诉 我 你 家 的 电话 吗？

◇ Kěyǐ. Zhè shì wǒ de míngpiàn hé dìzhǐ.

可以。 这 是 我 的 名片 和 地址。

◆ Nǐ jiā de diànhuà shì duōshao ?

你 家 的 电话 是 多少？

◇ 23416836. Lái yǐqián gěi wǒ dǎ gè diànhuà.

23416836。 来 以前 给 我 打 个 电话。

Rúguǒ wǒ bú zài jiā, nǐ dǎ wǒ shǒujī.

如果 我 不 在 家，你 打 我 手机。

zhù	v	live
lù	n	road
xuéyuàn	n	college
Xuéyuànlù	n	(a road name)
Hǎidiànqū	n	Haidian District
lóufáng	n	building
píngfáng	n	single-storey house
lóu	n	building
céng	n	floor, storey
hào	n	number
fángjiān	n	room
néng	v	can
gàosu	v	tell
diànhuà	n	telephone
kěyǐ	v	can, possible
míngpiàn	n	visiting card
dìzhǐ	n	address
gěi	prep	to
dǎ diànhuà	v	make a phone call
rúguǒ	conj	if
shǒujī	n	mobile phone

Substitution Drills　　　句型练习

1　S　V　　　　O

◆ Nǐ zhù nǎr ?

你 住 哪儿?

◇ Wǒ zhù Xuéyuànlù 15 hào.

我 住 　学院路　15 号　。

Hǎidiànqū	*Haidian District*
Cháoyángqū	*Chaoyang District*
Xīchéngqū	*Xicheng District*
Shànghǎilù	*Shanghai Road*

2　S　V　的　V　O

◆ Nǐ zhù de shì lóufáng ma ?

你 住 的 是 楼房 吗?

◇ Wǒ zhù de shì lóufáng.

我 住 的 是 楼房。

V	N
hē	kāfēi
chī	zhōngcān
xué	Hànyǔ
qù	Běijīng

3　S　V　　　　O

◆ Nǐ zhù duōshao hào fángjiān ?

你 住 多少 号 房间?

◇ 214 hào fángjiān.

214 号 房间。

2	lóu	234	hào
1	lóu	234	hào
5	lóu	122	hào
4	lóu	234	hào

4　S　V　V　O　O

◆ Nǐ néng gàosu wǒ nǐ de diànhuà ma ?

你 能 告诉 我 你的 电话 吗?

◇ Kěyǐ.

可以。

nǐ de míngzi
nǐ de fángjiānhào
nǐ de xìngmíng
nǐ de zhuānyè

5   S   V   O

◆ Nǐ jiā de diànhuà shì duōshao ?

你 家 的 电话 是 多少 ?

◇ Wǒ jiā de diànhuà shì 23 41 68 36.

我 家 的 电话 是 23 41 68 36 。

bāngōngshì	*office*	34 65 78
dàxué		42 56 81
xuéxiào		21 24 52
gōngsī		63 24 51

6   S   P   O   V   O

◆ Nǐ gěi shéi dǎ diànhuà ?

你 给 谁 打 电话 ?

◇ Wǒ gěi wǒ péngyou dǎ diànhuà.

我 给 我 朋友 打 电话 。

wǒ de tóngxué

wǒ de àirén

tā de péngyou

wǒ de lǎoshī

Grammar   语法

● S   V 的 (N) V O

我 住 的 是 楼房。
她 学 的 是 汉语。
他 去 的 是 北京。

这种由动词组成的"的"字结构是一种名词结构。
的 constructions of this kind, composed of a subject and a verb plus 的, are nominal constructions.

● S   P   O'   V O

我 给 我朋友 打 电话。
我 给 姐姐 打 电话。

介词"给"和它的宾语组成的介词结构放在动词前作状语。如:
The prepositional construction 给 ... and its object are very often used in front of the verb as an adverbial adjunct, e. g.

dǎ diànhuà　打电话
making a telephone call

liáotiānr　聊天
having a chat

kàn diànshì　看电视
watching TV

zuò fàn　做饭
cooking

◆ Wèi, wǒ zhǎo Xiǎo Wáng.

　　喂，我 找 小 王。

◇ Wǒ jiù shì. Nǐ yǒu shénme shìr ma ?

　　我 就 是。你 有 什么 事儿 吗？

◆ Lǎoshī ràng wǒ gàosù nǐ, míngtiān yǒu

　　老师 让 我 告诉 你，明天 有

kǎoshì, kǎo yǔfǎ. Nǐ gàn shénme ne ?

　　考试， 考 语法。你 干 什么 呢？

◇ Wǒ zhèngzài kàn diànshì ne. Nǐ ne ?

　　我 正在 看 电视 呢。你 呢？

◆ Fùxí kèwén ne. Yǒu gè jùzi wǒ bù dǒng.

　　复习 课文 呢。 有 个 句子 我 不 懂。

◇ Nǐ wèishénme bú wèn lǎoshī ne ?

　　你 为什么 不 问 老师 呢？

◆ Wàng le. Nǐ néng gěi wǒ fānyì yíxià ma ?

　　忘 了。你 能 给 我 翻译 一下 吗？

◇ Dì jǐ kè ? Dì jǐ yè ? Dì jǐ háng ?

　　第 几 课? 第 几 页? 第 几 行?

◆ Dì wǔ kè, dì shí yè, dì sì háng.

　　第 五 课， 第 十 页，第 四 行。

◇ Wǒ yě bù dǒng. Wǒ hái méi kàn ne.

　　我 也 不 懂。 我 还 没 看 呢。

◆ Wèn yíxià nǐ jiějie. Ràng tā bāngzhù yíxia.

　　问 一下 你 姐姐。 让 她 帮助 一下。

◇ Tā xiànzài méi shíjiān. Tā zài zuò fàn ne.

　　她 现在 没 时间。 她 在 做 饭 呢。

wèi	inter	*hello*
zhǎo	v	*look for*
jiù	adv	*just*
shìr	n	*thing*
ràng	v	*let, make*
kǎoshì	n	*examination*
gàn	v	*do*
ne	part	*(a modal particle)*
zhèngzài	adv	*in process of*
diànshì	n	*television*
fùxí	v	*review*
kèwén	n	*text*
jùzi	n	*sentence*
dǒng	v	*understand*
wèishénme	pro	*why*
wèn	v	*ask*
wàng	v	*forget*
fānyì	v	*translate*
dì	prefix	*(used before a numeral, e.g. dì 1 first)*
kè	n	*lesson*
yè	n	*page*
háng	n	*line*
shíjiān	v	*time*
bāngzhù	v	*help*
zuò fàn		*do the cooking*

Substitution Drills 句型练习

1 S V O

◆ Nǐ zhǎo shéi ?

你 找 | 谁 |?

◇ Wǒ zhǎo Xiǎo Wáng.

我 找 | 小 王 |。

shénme	shéi
wǒ de shū	wǒ de péngyou
wǒ de dōngxī	Wáng lǎoshī
wǒ de cídiǎn	Lǐ xiǎojiě

2 S V O V O

◆ Lǎoshī ràng nǐmen gàn shénme ?

老师 让 你们 干 什么？

◇ Lǎoshī ràng wǒmen fùxí yǔfǎ.

老师 让 我们 | 复习 语法 |。

V		O	
yùxí	*prepare*	shēngcí	*new words*
niàn	*read*	kèwén	*text*
xiě	*write*	Hànzì	*Chinese character*
liàn	*practise*	fāyīn	*pronunciation*
tīng	*listen*	lùyīn	*record*

3 S V O 呢

◆ Nǐ gàn shénme ne ?

你 干 什么 呢？

◇ Wǒ zhèngzài kàn diànshì ne.

我 正在 | 看 电视 呢 |。

V		O	
tīng	*listen*	yīnyuè	*music*
kàn	*read*	bào	*newspaper*
xiě	*write*	xìn	*letter*
dǎ	*make*	diànhuà	*phone*

4 O S V

◆ Zhè gè jùzi nǐ dǒng bù dǒng ?

这 个 |句子| 你 懂 不 懂？

◇ Wǒ bù dǒng.

我 不 懂。

hànzì	*Chinese character*
liànxí	*exercise*
jùzi	*sentence*
kèwén	*text*

78

5   S   V   O

◆ Nǐ wèishénme bú wèn lǎoshī ne ?

你　为什么　不 | 问　老师 | 呢?

◇ Wǒ wàng le.

我　忘　了。

V	N
mǎi	píjiǔ
ná	cídiǎn
dǎ	diànhuà
yùxí	kèwén

6   S   V 第___N

◆ Kèwén zài dì jǐ yè ?

课文　在　第 几 | 页 | ?

◇ Kèwén zài dì 10 yè.

课文　在　第 | 十　页 | 。

Numeral	N	
2	kè	*lesson*
1	háng	*line*
15	tiān	*day*
23	yè	*page*

Grammar   语法

●   S   V   O   V   O

老师　让　我　告诉　你。
妈妈　让　我　去　买东西。
她　让　我　问　你。

"让"也常用于兼语句，"让"表示要求别人做某事。如:
让 is usually used when asking someone to do something. 让 is followed immediately by the person being asked to do something, e. g.

●   S   正在 V   O   呢

我　正在　看　电视　呢。
我　在　打　电话　呢。
她　吃　饭　呢。

要表示动作处在进行的阶段，可在动词前加副词"正在""在"或在句尾加语气助词"呢"。如:
To show that an action is in progress, place either one of the adverbs 正在, 在 before the verb or 呢 at the end of the sentence. 在 is very often used together with 呢 to express the progressive aspect.

◆ Nǐ lái Běijīng duōcháng shíjiān le ?

你 来 北京 多长 时间 了？

◇ Yǐjīng bàn gè duō yuè le.

已经 半 个 多 月 了。

◆ Zhèr de shēnghuó nǐ xíguàn le ma ?

这儿 的 生活 你 习惯 了 吗？

◇ Hái méi xíguàn ne.

还 没 习惯 呢。

◆ Lái yǐqián nǐ xué guo jǐ gè yuè Hànyǔ ?

来 以前 你 学 过 几 个 月 汉语？

◇ 6 gè yuè. Yígè xīngqī yǒu 3 gè xiǎoshí kè.

六个 月。一个 星期 有 三 个 小时 课。

◆ Nǐ dǎsuàn xuéxí duōcháng shíjiān ?

你 打算 学习 多长 时间？

◇ 5 gè yuè. Wǒ cānjiā de shì duǎnqībān.

五个 月。我 参加 的 是 短期班。

◆ Zhè běn shū nǐmen xuéwán le ma ?

这 本 书 你们 学完 了 吗？

◇ Gāng kāishǐ, hái méi xuéwán ne.

刚 开始，还 没 学完 呢。

◆ Nǐmen xué dào dì jǐ kè le ?

你们 学 到 第几 课 了？

◇ Dì 8 kè. Wǒmen yì tiān xué yí kè.

第八课。我们 一 天 学 一 课。

◆ Lǎoshī jiǎng de bú màn, gòu kuài de.

老师 讲 得 不 慢，够 快 的。

cháng	adj	long
duōcháng		how long
yǐjīng	adv	already
shēnghuó	n	life
xíguàn	v	be accustomed
xiǎoshí	n	hour
kè	n	courses, lesson
dǎsuàn	v	plan
cānjiā	v	take part in
duǎnqī	n	short-term
bān	n	class
duǎnqībān		short-term class
wán	v	finish
gāng	adv	only a short while ago
kāishǐ	v	begin
dào	v	arrive, to
jiǎng	v	teach, explain
màn	adj	slow
gòu	adv	enough
kuài	adj	fast, quick

1　S　V　O　T

◆ Nǐ lái Běijīng duōcháng shíjiān le ?

　你来　北京　多长　时间　了？

◇ Yǐjīng bàn gè duō yuè le.

　已经　半 个 多 月　了。

4		nián	four years
bàn		nián	half a year
3		tiān	three days
3	gè	yuè	three months
1	gè	bàn yuè	a month and a half
4	gè	xīngqī	four weeks

2　S　V 过　T　O

◆ Nǐ xué guo jǐ gè yuè Hànyǔ ?

　你 学 过 几 个 月　汉语？

◇ 6 gè yuè.

　六个月　。

3	gè	yuè
bàn	gè	yuè
1	gè	bàn yuè
3	gè	xīngqī
2	nián	

3　S　V　V　T

◆ Nǐ dǎsuàn xuéxí duōcháng shíjiān ?

　你　打算　学习　多长　时间？

◇ 5 gè yuè.

　五个月　。

1		nián	
bàn		nián	
1		nián	bàn
2	gè	yuè	
4	gè	xīngqī	

4　S　V　T　O

◆ Yí gè xīngqī yǒu jǐ gè xiǎoshí Hànyǔ kè ?

　一个　星期　有　几个　小时　汉语　课？

◇ 3 gè xiǎoshí Hànyǔ kè.

　三个　小时　汉语　课。

1	gè	xiǎoshí	
bàn	gè	xiǎoshí	
1	gè	bàn xiǎoshí	
50	fēnzhōng		50 minutes
1	kèzhōng		a quarter

5   O   S   V v

◆ Zhè běn shū nǐmen xuéwán le ma ?

这 本 书 你们 学 完 了 吗？

◇ Hái méi xuéwán ne.

还 没 学 完 呢。

N	V
shū	kàn
dōngxi	mǎi
chá	hē
liànxí	zuò
fàn	chī

6   S   V v   O

◆ Nǐmen xué dào dì jǐ kè le ?

你们 学 到 第 几 课 了？

◇ Dì 8 kè.

第 8 课。

V	O		
kàn	dì	3	háng
xué	dì	5	kè
niàn	dì	6	yè
fùxí	dì	5	kè

Grammar   语法

●   S V O T   O

我 到 北京 一个月 了。
我 学过 一年 汉语。

要说明一个动作或一种状态持续多长时间,应在动词后用时量补语。如:
A time-measure complement placed after a verb shows the duration of an action or a state, e. g.

●   S   V v   O

我们 学完 这本书了。
我 看完 杂志了。
我 没看完。
我们 学到 第三课了。

说明动作的结果叫结果补语。结果补语常是动词,如"完""到"。
The resultative complement, expressed either by a verb or an adjective, indicates the resulte of an action. The resultative complement 完 is a verb, and 好 is an adjective, e. g.

● 一个多月
   一年多
   一个多小时

用"多"也能表示概数。代表个位数后的零头时,放在量词和名词之间,或带量词性的名词之后。如:
多 as an approximate indicator of number, may be used between a measure word and a noun, or after a measure-noun, to express the remainder of a round figure, e. g.

◆ Nǐ kàn jiàn Xiǎo Wáng le ma ?

你 看 见 小 王 了 吗？

◇ Kàn jiàn le. Tā zài nàr kàn bào ne.

看 见 了。他 在 那儿 看 报 呢。

◆ Nǐ kàn de dǒng Yīngwénbào ma ?

你 看 得 懂 英文报 吗？

◇ Yǒude kàn de dǒng, yǒude kàn bù dǒng.

有的 看 得 懂， 有的 看 不 懂。

◆ Nǐ tīng de dǒng Yīngyǔ guǎngbō ma ?

你 听 得 懂 英语 广播 吗？

◇ Xiànzài hái tīng bù dǒng. Rú guó wǒ nǔlì

现在 还 听 不 懂。 如果 我 努力

xuéxí, jiānglái wǒ yídìng néng tīngdǒng.

学习， 将来 我 一定 能 听懂。

◆ Zhè běn shū míngtiān nǐ kàn de wán ma ?

这 本 书 明天 你 看 得 完 吗？

◇ Yàoshi zuòyè bù duō, néng kan de wán.

要是 作业 不 多， 能 看 得 完。

◆ Kàn wán hòu, jiè wǒ kànkan, kěyǐ ma ?

看 完 后， 借 我 看看， 可以 吗？

◇ Xíng . Bié diū le. Xiànzài mǎi bú dào le.

行。 别 丢 了。 现在 买 不 到 了。

◆ Fàng xīn ba. Diū bù liǎo. Xiàwǔ nǐ lái ma ?

放心 吧。 丢 不 了。 下午 你 来 吗？

◇ Xiàwǔ yǒu gè yuēhuì, kěnéng lái bù liǎo.

下午 有 个 约会， 可能 来 不 了。

jiàn	v	see
bào	n	newspaper
dǒng	v	understand
Yīngwén	n	English
guǎngbō	n	broadcast
rú guǒ	conj	if
nǔlì	adj	try hard
jiānglái	n	future
yídìng	adv	certainly
wán	v	finish
yàoshì	conj	if
zuòyè	n	homework
hòu	n	after
jiè	v	lend
kěyǐ	v	can, possible
bié	v	don't
diū	v	lose
fàngxīn	v	be at ease
liǎo	v	can
yuēhuì	n	appointment
kěnéng	adv	maybe

1　S V v O

◆ Nǐ kàn jiàn Xiǎo Wáng le ma ?

你 看 见 小 王 了吗？

◇ Kàn jiàn le.

看 见 了。

V	N
tīng	tā shuō de
kàn	wǒ de shū
kàn	lǎoshī
tīng	wǒ shuō de

2　S V 得 V O

◆ Nǐ kàn de dǒng Yīngwénbào ma ?

你 看 得 懂 英文报 吗？

◇ Wǒ kàn de dǒng.

我 看 得 懂。

V	N
tīng	yīnyuè
kàn	Zhōngwénbào
tīng	Hànyǔ
kàn	Hànyǔshū

3　O　T　S V 得 V

◆ Zhè běn shū jīntiān nǐ kàn de wán ma ?

这 本 书 今天 你 看 得 完吗？

◇ Jīntiān wǒ néng kàn de wán.

今天 我 能 看 得 完。

N	V
zhè zhāng bào	kàn
zhè běn shū	xué
zuòyè	zuò
xìn	xiě
nà xiē dōngxi	chī

4　O　　　V 得 V

◆ Zhè běn shū xiànzài mǎi de dào ma ?

这 本 书 现在 买 得 到 吗？

◇ Mǎi bú dào.

买 不 到。

N	V
zhè běn shū	mǎi
wǒ de dōngxi	zhǎo
cídiǎn	jiè
zázhì	mǎi

5   T   S V 得 V

◆ Míngtiān nǐ lái de liǎo ma ?

明天 你 来 得 了 吗 ?

◇ Wǒ kěnéng lái bù liǎo.

我 可能 来 不 了。

N	V
jīn tiān	qù
hòutiān	lái
dōngxi	diū

6   sentence,   可以吗

◆ Nǐ de shū jiè wǒ kàn kan, kěyǐ ma ?

你 的 书 借 我 看 看 , 可以 吗 ?

◇ Xíng.

行。

nǐ de cídiǎn jiè wǒ yòngyong

wǒmen qù Shànghǎi

wǒ míngtiān bú qù

wǒmen mǎi zhè běn shū

zánmen chī zhōngcān

Grammar   语法

● S V 得/不 V   O

我 看 得   懂 英文书。
我 听 不   懂 汉语。
我 买 得   到 这本词典。
他 来 不   了。

可能补语是在动词和结果补语之间加"得"。否定形式将"得"换成"不"。如：

A potential complement is formed with the structural particle 得 inserted between a verb and a resultative complement. The negative form is made by replacing 得 with 不, e.g.

● 别 V O

别 丢 了。
别 买 这本书。
别 听 他说的。

"别"是"不要"的意思，常用在动词前，如：

别 means "don't" and it is placed before the verb, e.g.

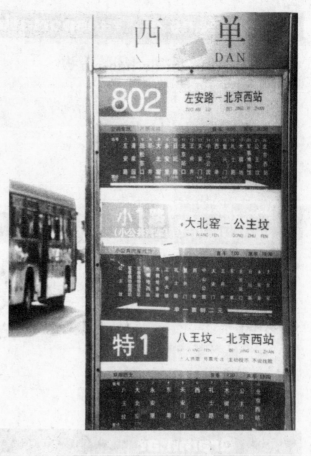

chūzū qìchē 出租汽车 taxis
(1.20, 1.60 or 2.00 yuan/km)

gōnggòng qìchē zhànpái 公共汽车站牌
a bus stop sign

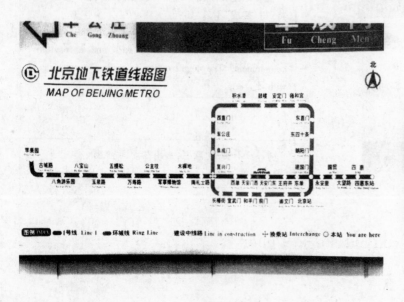

dìtiě lùxiàn tú 地铁路线图
the map of Beijing subway

dìtiě biāozhì　地铁标志
the sign of subway stops

◆ Měitiān nǐ zěnme lái jiàoshì shàng kè ?

　每天　你　怎么　来　教室　　上　课？

◇ Wǒ zǒu zhe lái. Nǐ ne ?

　我　走着来。你呢？

◆ Wǒ qí chē lái. Wǒ mǎile liàng zìxíngchē.

　我　骑车来。我　买了　辆　自行车。

◇ Zuótiān nǐ qù nǎr le ?

　昨天　你　去　哪儿了？

◆ Wǒ jìn chéng wánr qù le.

　我　进　城　玩儿去了。

◇ Nǐ yě shì qí chē qù de ma ?

　你也是　骑车去的吗？

◆ Bù, wǒ shì zuò chūzū qìchē qù de.

　不，我是　坐　出租　汽车去的。

◇ Nǐ zěnme bú zuò gōnggòng qìchē ya ?

　你怎么不坐　公共　汽车呀？

◆ Chēshàng rén tài duō, érqiě yòu tài màn.

　车上　人太多，　而且又太慢。

◇ Nǐ kěyǐ zuò dìtiě huòzhě kāi chē qù ya ?

　你可以坐地铁　或者　开车去呀？

◆ Nàr méi dìtiězhàn. Wǒ bú huì kāi chē.

　那儿没　地铁站。我不会开车。

◇ Nǐ zuò fēijī háishì zuò huǒchē qù Dàlián ?

　你坐飞机还是坐火车去大连？

◆ Wǒ dǎsuàn zuò fēijī qù, zuò chuán huílai.

　我打算坐飞机去，坐船回来。

zěnme	pro	how
jiàoshì	n	classroom
zǒu	v	walk
zhe	part	(a verbal particle)
qí	v	ride
chē	n	bicycle
liàng	m	(a measure word)
zìxíngchē	n	bicycle
le	part	(a modal particle)
jìn	v	enter, go into
chéng	n	town, city
wánr	v	play, have fun
zuò	v	sit, travel by
qìchē	n	automobile
chūzū qìchē	n	taxi, taxicab
gōnggòng qìchē	n	bus
chēshang	n	on the bus
érqiě	conj	and also
yòu	adv	also, again
dìtiě	n	subway, metro
huòzhě	conj	or
kāi	v	drive
dìtiězhàn	n	railway station
fēijī	n	aeroplane
huǒchē	n	train
chuán	n	boat
huílai	v	return, go back

1 S v___ V O V O V O

◆ Nǐ zěnme lái jiàoshì shàng kè ?

你 怎么 来 教室 上 课？

◇ Wǒ zǒuzhe lái.

我 | 走着 来 |。

V	N	V
qí	zìxíngchē	qù
zuò	qìchē	lái
kāi	chē	huílái
zuò	huǒchē	huíqù

2 T S V O 了

◆ Zuótiān nǐ qù nǎr le ?

昨天 你 去 哪儿了？

◇ Wǒ jìn chéng wánr qù le.

我 | 进 城 玩 去了 |。

qù	shāngdiàn	
qù	yínháng	
kàn	diànyǐng	qù
mǎi	dōngxi	qù
jiè	shū	qù

3 S 是 V O V 的

◆ Nǐ shì qí chē qù de ma ?

你 是 | 骑 车 | 去 的 吗？

◇ Bù, wǒ shì zuò qìchē qù de.

不，我 是 | 坐 汽车 | 去 的。

V	N	
zuò	diànchē	*trolleybus, tram*
zuò	dìtiě	
qí	zìxíngchē	
kāi	chē	
zuò	fēijī	

4 S V O 还是 V O V

◆ Nǐ zuò fēijī háishì zuò huǒchē qù ?

你 坐 | 飞机 | 还是 坐 | 火车 | 去？

◇ Wǒ dǎsuàn zuò fēijī qù.

我 打算 坐 飞机 去。

N	N
dìtiě	diànchē
huǒchē	qìchē
fēijī	chuán
diànchē	gōnggòng qìchē

88

5 S V V O

◆ Nǐ huì kāi chē ma ?

你 会 开车 吗？

◇ Wǒ bú huì kāi chē.

我 不 会 开车 。

S	V	
tā	kāi	qìchē
nǐ péngyou	kāi	qìchē
tā bàba	kāi	fēijī

6 S V O

◆ Nǐ zěnme bú zuò qìchē ya ?

你 怎么 不 坐 汽车 呀？

◇ Yīnwèi zuò qìchē tài màn.

因为 坐 汽车 太 慢 。

qìchēpiào	bus ticket	guì	
huǒchēpiào	train ticket	guì	
qìchēzhàn	bus station	yuǎn	far
huǒchēzhàn	railway station	yuǎn	
fēijīchǎng	airport	yuǎn	

Grammar 语法

● S VO V O

你 怎么 去上班？
我 坐汽车 来教室。
我 骑车 回来。
他 开车 去。

有一种连动句，前一个动词结构表示的是后一个动词的方式，如：
There is a kind of sentence in which the first verb modifies the manner of the action expressed by the second verb, e. g.

● S V 了 O

我 买 了 一辆 自行车。
他 喝 了 两杯 茶。

在动词后的"了"是动态助词，表示动作的已经实现，如：
When preceded by a verb, the verbal particle 了 indicates that an action has already been taken, e. g.

● T S V O 了

昨天 你 去 哪儿了？
　　 我 去 商店了。
昨天 我 没去 商店。

在句尾加语气助词"了"表示情况的变化，否定在动前用"没"，如：
When the modal particle 了 is added at the end of a sentence, it indicates changed circumstances. The negative form is made by putting 没(有) before the verb and 了 is omitted, e. g.

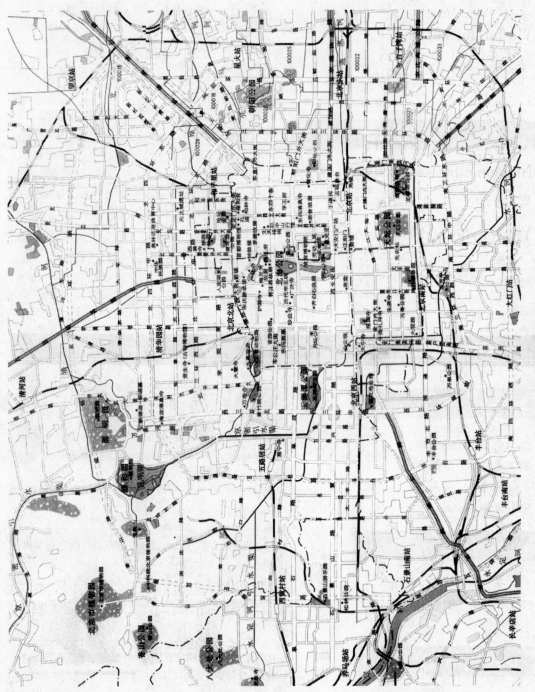

Běijīng shìqū lǚyóu jiāotōng tú 北京市区旅游交通图　a city map of Beijing

◆ Qiáo, shéi zuò zài Xiǎo Mǎ yòubian ne?
瞧， 谁 坐 在 小 马 右边 呢？

◇ Lǎo Lǐ. Kàn jiàn wǒ de jiāotōngtú le ma?
老李。 看 见 我 的 交通图 了吗？

◆ Kànjiàn le, zài zhuōzi shàngbian ne.
看见 了，在 桌子 上边 呢。

◇ Nǐ zhīdào Tiān'ānmén zài nǎr ma?
你 知道 天安门 在 哪儿 吗？

◆ Zài shì zhōngxīn. Zhè jiù shì Tiān'ānmén.
在 市 中心。 这 就 是 天安门。

◇ Gùgōng shì bú shì zài tā běibian?
故宫 是 不是 在 它 北边？

◆ Duì, Gùgōng zài Tiān'ānmén běibian.
对， 故宫 在 天安门 北边。

◇ Shǒudū Tǐyùguǎn zài shénme dìfang?
首都 体育馆 在 什么 地方？

◆ Zài dòngwùyuán hé túshūguǎn zhōngjiān.
在 动物园 和 图书馆 中间。

◇ Huǒchēzhàn fùjìn yǒu méi yǒu fànguǎnr?
火车站 附近 有 没 有 饭馆儿？

◆ Yǒu. Kěyǐ shuō, dàochù shì fànguǎnr.
有。 可以 说， 到处 是 饭馆儿。

◇ Chēzhàn duìmiàn shì shénme dìfang?
车站 对面 是 什么 地方？

◆ Yí gè fàndiàn, qiánbian shì tíngchēchǎng.
一个 饭店， 前边 是 停车场。

qiáo	v	look
zuò	v	sit
yòubian	n	the right side
lǎo	adj	old
jiāotōngtú	n	traffic map
zhuōzi	n	table
shàngbian	n	up, upward
Tiān'ānmén	n	(place name)
shì	n	city
zhōngxīn	n	centre
jiù	adv	just
Gùgōng	n	the Forbidden City
tā	pro	it
duì	adj	yes, right, just
běibian	n	north
shǒudū	n	capital
tǐyùguǎn	n	gymnasium
dòngwùyuán	n	zoo
túshūguǎn	n	library
zhōngjiān	n	between
huǒchēzhàn	n	train station
fùjìn	n	nearby
kěyǐ shuō		you can say
dàochù	n	everywhere
duìmiàn	n	opposite
qiánbian	n	in front
tíngchēchǎng	n	parking lot

Substitution Drills 句型练习

1 S V v O

◆ Nǐ zuò zài nǎr ?

你 坐 在 哪儿 ?

◇ Wǒ zuò zài tā yòubian.

我 坐 在 | 他 | 右边 。

N	N	
tā	zuǒbian	*the left side*
Xiǎo Lǐ	yòubian	*the right side*
tā	hòubian	*behind*
lǎoshī	qiánbian	*in front*
tā	pángbiān	*side*
nǐ	duìmiàn	*opposite*

2 S V O

◆ Wǒ de jiāotōngtú zài nǎr ne ?

我 的 交通图 在 哪儿 呢?

◇ Tā zài zhuōzi shàngbian ne.

它 在 | 桌子 | 上边 | 呢 。

N	N	
shū	xiàbian	*under, down*
zhuōzi	shàngbian	*up, upward*
fángjiān	wàibian	*outside*
jiàoshì	lǐbian	*inside*

3 S V (S V O)

◆ Nǐ zhīdào Tiān'ānmén zài nǎr ma ?

你 知道 | 天安门 | 在 哪儿 吗?

◇ Zhīdào, zài shì zhōngxīn.

知道, 在 市 中心。

N	
fēijīchǎng	*airfield*
huǒchēzhàn	*train station*
tǐyùguǎn	*gymnasium*
túshūguǎn	*library*
gōngyuán	*park*

4 S 是不是 V O ?

◆ Gùgōng shì bú shì zài tā běibian ?

故宫 是 不 是 在 它 北边?

◇ Duì, Gùgōng zài Tiān'ānmén běibian.

对, 故宫 在 | 天安门 | 北边 。

N	N	
dìtiězhàn	dōngbian	*east*
huǒchē	xībian	*west*
fàndiàn	nánbian	*south*
yínháng	běibian	*north*

92

5   S   V   O

◆ Chēzhàn fùjìn yǒu méi yǒu fànguǎnr ?

車站 附近 有 没 有 饭馆儿 ?

◇ Yǒu.

有。

N	N	
fēijīchǎng	zhōuwéi	*around*
shāngdiàn	fùjìn	*nearby*
fàndiàn	duìmiàn	*opposite*
shì	zhōngxīn	*centre*

6   S   V   O

◆ Chēzhàn duìmiàn shì shénme dìfang ?

車站 对面 是 什么 地方 ?

◇ Shì yí gè fàndiàn.

是 一个 饭店。

N	N
fàndiàn	qiánbian
shāngdiàn	hòubian
huǒchēzhàn	pángbiān
zhèr hé nàr	zhōngjiān

Grammar   语法

●   S   V   n   n

故宫 在 天安门 北边。
书 在 桌子 上边。
我 在 他 右边。
他 在 我和她 中间。

●   n   n   V   O

车站 附近 有 很多饭馆。
饭店 对面 是 停车场。

动词"在"表示存在, 这种句子的主语通常是存在的
人或事物, 宾语是表示方位和处所的名词, 如:
In a sentence with 在 indicating existence, the subject is
usually the person or thing concerned and the object is
usually a noun denoting position or place.

用"有"和"是"表示存在的句子, 句子主语通常是表示
方位、处所的名词, 宾语是存在的人或物, 如:
In a sentence with 有 and 是 indicating existence the
subject is usually a noun denoting position or place and
the object is the person or thing concerned.

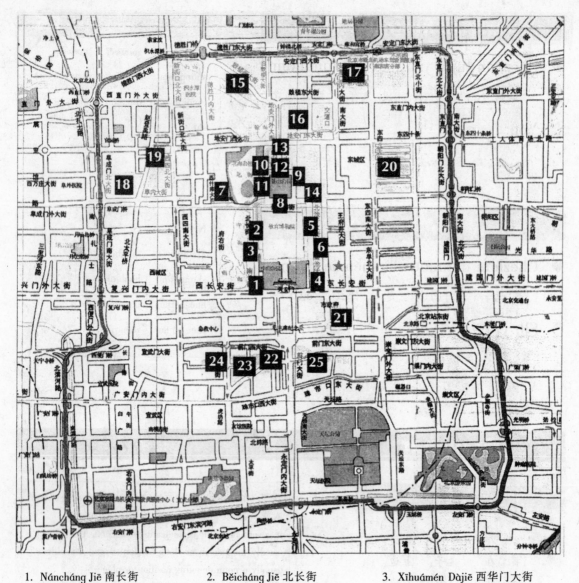

1. Nánchàng Jiē 南长街
2. Běichàng Jiē 北长街
3. Xīhuámén Dàjiē 西华门大街
4. Nánchízi 南池子
5. Běichízi 北池子
6. Dōnghuámén Dàjiē 东华门大街
7. Wénjīn Jiē 文津街
8. Jǐngshān Qiánjiē 景山前街
9. Jǐngshān Dōngjiē 景山东街
10. Jǐngshān Xījiē 景山西街
11. Zhìshānmén Jiē 陟山门街
12. Jǐngshān Hòujiē 景山后街
13. Dì'ānmén Dàjiē 地安门大街
14. Wǔsì Dàjiē 五四大街
15. Shíshàhǎi dìqū 什刹海地区
16. Nán Luógǔxiàng 南锣鼓巷
17. Guózǐjiàn dìqū 国子监地区
18. Fùchéngménnèi Dàjiē 阜成门内大街
19. Xīsì běi Yītiáo zhì Bātiáo 西四北一条至八条
20. Dōngsì běi Sāntiáo zhì Bātiáo 东四北三条至八条
21. Dōngjiāománxiàng 东交民巷
22. Dàshālànr dìqū 大栅栏儿地区
23. Dōng Liúlichǎng 东琉璃厂
24. Xī Liúlichǎng 西琉璃厂
25. Xiānyúkǒu dìqū 鲜鱼口地区

Běijīng jiù chéng lìshǐ wénhuà bǎohù qū fēnbù tú
北京旧城历史文化保护区分布图
Places of historical and cultural interest in the old city the Beijing

◆ Yíhéyuán lí zhèr yuǎn bù yuǎn ?

　颐和园　离这儿　远 不　远?

◇ Bù yuǎn, hěn jìn, jiù zài Běi Dà xībian.

　不 远，　很　近，　就 在　北 大　西边。

◆ Cóng zhèr dào Běi Dà yǒu duō yuǎn ?

　从　这儿 到　北 大　有　多　远?

◇ Dàyuē yǒu 5 gōnglǐ.

　大约　有 五　公里。

◆ Kāi chē yào yòng duō cháng shíjiān ?

　开车 要 用 多　长　时间?

◇ Yàoshì bù dǔ chē dehuà, yòng bù liǎo bàn

　要是　不 堵 车　的话，　用 不 了 半

gè xiǎoshí.

个　小时。

◆ Qǐng wèn, qù Yíhéyuán zěnme zǒu ?

　请　问，去　颐和园　怎么　走?

★ Yìzhí wǎng qián zǒu, dào shízì lùkǒu

　一直　往　前　走，到　十字 路口

xiàng yòu guǎi, zǒu 5 fēnzhōng jiù dào le.

　向　右 拐，　走 五　分钟　就　到了。

◆ Láojià, zhèr néng tíng chē ma ?

　劳驾，　这儿　能　停 车 吗?

△ Bù xíng. Guòle dì yī gè hónglùdēng kěyǐ.

　不　行。　过了 第 一 个　红绿灯　可以。

◆ Hǎo, jiù tíng zài zhèr ba. Wǒ xià chē.

　好，　就 停　在 这儿 吧。　我 下 车。

Yíhéyuán	n	the Summer Palace
lí	prep	from
yuǎn	adj	far away
jìn	adj	near
Běi Dà	n	Beijing University
cóng	prep	from
dào	prep	to
duōyuǎn	pro	how far
dàyuē	adv	about
gōnglǐ	n	kilometre
yào	v	need
dǔchē	v	traffic jam
dehuà		if
yòng bù liǎo		needn't so much
qǐng wèn		Excuse me
yìzhí	adv	straight
wǎng	prep	in the direction of
qián	n	forward, ahead
shízì	n	cross
lùkǒu	n	crossroads
xiàng	prep	to, in the direction of
guǎi	v	turn
láojià		Excuse me
tíng	v	stop
guò	v	pass
hónglùdēng	n	traffic light
xià	v	go down, get off

1   A 离 B   adj

◆ Yíhéyuán lí zhèr yuǎn bù yuǎn ?

   颐和园 离 这儿 远 不 远?

◇ Bù yuǎn.

   不 远。

N	N
Zhōngguó	Měiguó
shāngdiàn	yínháng
fēijīchǎng	huǒchēzhàn
túshūguǎn	shūdiàn

2   从 A 到 B   V   O

◆ Cóng zhèr dào Běi Dà yǒu duō yuǎn ?

   从 这儿 到 北 大 有 多 远?

◇ Dàyuē yǒu 5 gōnglǐ.

   大约 有 五 公里。

5	gōnglǐ	*kilometre*
100	mǐ	*metre*
20	gōnglǐ	
500	mǐ	
200	gōnglǐ	

3   V   O   V   V   T

◆ Kāi chē yào yòng duō cháng shíjiān ?

   开车 要 用 多 长 时间?

◇ Yòng bù liǎo bàn gè xiǎoshí.

   用 不 了 半 个 小时。

V N	T	
zǒu lù	1	gè xiǎoshí
zuò qìchē	10	fēnzhōng
kāi chē	1	kèzhōng
zuò dìtiě	bàn	gè xiǎoshí
qí chē	10	fēnzhōng

4   V   O   P   O   V

◆ Qù Yíhéyuán zěnme zǒu ?

   去 颐和园 怎么 走?

◇ Yìzhí wǎng qián zǒu.

   一直 往 前 走。

N	N	
Tiān'ānmén	dōng	*east*
huǒchēzhàn	xī	*west*
fàndiàn	nán	*south*
yínháng	běi	*north*

5   V   O   P   O   V

◆ Dào shízì lùkǒu xiàng nǎ biān guǎi ?

到 [十字路口] 向 哪 边 拐?

◇ Xiàng yòu guǎi.

向 [右] 拐。

N	N
hónglǜdēng	zuǒ
fēijīchǎng	yòu
fàndiàn	dōng
Běi Dà	běi

6   V   T   adv   V

◆ Zài zǒu duōcháng shíjiān jiù dào le ?

再 走 多长 时间 就 到 了?

◇ Zài zǒu 10 fēnzhōng jiù dào le.

再 走 [十 分钟] 就 到 了。

5	fēnzhōng
10	fēnzhōng
1	kèzhōng
bàn	gè xiǎoshí

Grammar   语法

● A 离 B adj

颐和园 离 这儿 很远。
北京 离 天津 不远。

介词"离"的用法举例:
Usage of the preposition 离, e. g.

● 多 adj

多 远
多 长 时间
多 大

副词"多"常放在单音节形容词"远""长""大"等前边,用来询问程度。如:
The adverb 多 often goes before monosyllabic adjectives such as 远, 长, 大 to ask about degree or extent, e. g.

Shíyuè de Tiān'ānmén 十月的天安门
Tian'anmen Square in October

Chángchéng dōng xuě 长城冬雪
the Great Wall after snowfall

◆ Xià yǔ le. Míngtiān tiānqì zěnmeyàng ?

下雨 了。 明天 天气 怎么样?

◇ Tiānqì yùbào shuō: míngtiān shì qíngtiān.

天气 预报 说: 明天 是 晴天。

◆ Míngtiān yǒu fēng ma? Lěng bù lěng ?

明天 有 风 吗? 冷 不 冷?

◇ Yǒu fēng. Zǎoshang yǒudiǎnr liáng.

有 风。 早上 有点儿 凉。

◆ Míngtiān de qìwēn shì duōshao dù ?

明天 的 气温 是 多少 度?

◇ Zuì gāo wēndù shì 5 dù, zuì dī líng xià yī dù.

最高 温度 是 5度, 最低 零 下 1度。

◆ Běijīng dōngtiān lěng bǔ lěng ?

北京 冬天 冷 不 冷?

◇ Lěng jíle. Yǒushíhou xià xuě.

冷极了。 有时候 下 雪。

◆ Xiàtiān rè ma ? Jīngcháng xià yǔ ma ?

夏天 热 吗? 经常 下 雨 吗?

◇ Hěn rè, 7 , 8 yuè chángcháng xià dà yǔ.

很 热,七、八 月 常常 下 大 雨。

◆ Chūntiān hé qiūtiān zěnmeyàng ?

春天 和 秋天 怎么样?

◇ Chūntiān cháng guā dà fēng, érqiě kōngqì

春天 常 刮 大 风, 而且 空气

gānzào. Qiūtiān liángkuài, bù lěng yě bú rè.

干燥。 秋天 凉快, 不 冷 也 不 热。

yǔ	n	rain
xià yǔ	v	raining
tiānqì	n	weather
zěnmeyàng	pro	how
yùbào	n	forecast
qíngtiān	n	a sunny day
fēng	n	wind
lěng	adj	cold
liáng	adj	cool
qìwēn	n	air temperature
dù	m	degree
gāo	adj	high
wēndù	n	temperature
dī	adj	low
líng	n	zero
língxià		below zero
dōngtiān	n	winter
jíle	suffix	extremely
xià xuě	v	snowing
xiàtiān	n	summer
chūntiān	n	spring
qiūtiān	n	autumn
guā fēng	v	blowing
érqiě	conj	but also
kōngqì	n	air
gānzào	adj	dry
liángkuài	adj	nice and cool

Substitution Drills 句型练习

1 S   S   adj

◆ Míngtiān tiānqì zěnmeyàng ?

明天　　天气　　怎么样？

◇ Míngtiān tiānqì hěn hǎo.

明天　　天气　很好。

N	adj
jīntiān	bù hǎo
zuótiān	fēicháng hǎo
hòutiān	bú tài hǎo
qiántiān	bú cuò

2 S   adj

◆ Míngtiān lěng bù lěng ?

明天　冷 不 冷？

◇ Míngtiān hěn lěng.

明天　很　冷。

adj	
rè	*hot*
liáng	*cool*
liángkuài	*nice and cool*
nuǎnhuo	*warm, nice and warm*

3 S   V   O

◆ Míngtiān yǒu fēng mā ?

明天　有　风　吗？

◇ Míngtiān yǒu fēng.

明天　有　风。

N	
yǔ	*rain*
xuě	*snow*
tàiyáng	*sun*
wù	*fog*
fēng	*wind*

4 S   V   O

◆ Míngtiān shì qíngtiān ma ?

明天　是　晴天　吗？

◇ Míngtiān shì qíngtiān.

明天　是　晴天。

N	
yīntiān	*a cloudy day*
qíngtiān	*a sunny day*
hǎotiān	*a sunny day*

5   T   V   O

◆ Dōngtiān xià xuě ma ?

冬 天 | 下 雪 | 吗?

◇ Yǒushíhou xià xuě.

有时候 | 下 雪 |。

N	V	N
xiàtiān	xià	yǔ
chūntiān	guā	fēng
qiūtiān	xià	yǔ
dōngtiān	guā	fēng

6   S   V   O

◆ Míngtiān de qìwēn shì duōshao dù ?

明天 的 气温 是 多少 度?

◇ Zuì gāo wēndù shì 5 dù.

最 | 高 | 温度 是 | 5 度 |。

adj	m
dī	– 5 dù
gāo	10 dù
dī	23 dù
gāo	35 dù

Grammar   语法

● S   adj 极了

天气 冷 极了。
今天 热 极了。
东西 贵 极了。

"极了"在形容词后。如:
极了 is placed after adjectives, e. g.

● S   不 adj/V 也不 adj/V

今天 不 冷 也不 热。
法国 不 大 也不 小。
我 不 喝酒 也不 吸烟。

"不…也不…"结构可以连接两个形容词,也可以连接两个动词,如:
The structure 不… 也不… can link up two adjectives and it can link two verbs too, e. g.

● S   S adj

春天 空气 干燥。
夏天 天气 很热。
北京 冬天 很冷。

由主谓结构作谓语的句子叫主谓谓语句。如:
A sentence in which a subject-predicate construction serves as the main element of its predicate is known as a sentence with a subject-predicate construction as its predicate, e. g.

dǎ gāo'ěrfūqiú
打高尔夫球

dǎ tàijíquán
打太极拳

tī zúqiú
踢 足球

dǎ pīngpāngqiú
打 乒乓球

tóu lánqiú
投 篮球

huá bīng
滑 冰

yóu yǒng
游 泳

◆ Nǐ měitiān duànliàn shēntǐ ma ?

你 每天 锻炼 身体 吗？

◇ Duànliàn. Wǒ hěn xǐhuān yùndòng.

锻炼。 我 很 喜欢 运动。

◆ Nǐ zuì xǐhuān shénme yùndòng ?

你 最 喜欢 什么 运动？

◇ Wǒ zuì xǐhuān dǎ lánqiú hé yóuyǒng.

我 最 喜欢 打 篮球 和 游泳。

◆ Nǐ lánqiú dǎ de zěnmeyàng ?

你 篮球 打 得 怎么样？

◇ Dǎ de hái kěyǐ, yóuyǒng yě yóu de búcuò.

打 得 还可以， 游泳 也 游 得 不错。

◆ Nǐ huì tī zúqiú ma ?

你 会 踢 足球 吗？

◇ Bú huì, kěshì wǒ xǐhuān kàn zúqiú bǐsài.

不 会， 可是 我 喜欢 看 足球 比赛。

◆ Nǐ shì qiúmí ba ?

你 是 球迷 吧？

◇ Duì, měi gè xīngqītiān dōu qù tǐyùchǎng.

对， 每 个 星期天 都 去 体育场。

Rúguǒ mǎi bú dào piào, jiù kàn diànshì.

如果 买 不 到 票， 就 看 电视。

◆ Qiúpiào guì ma ? Duōshao qián yì zhāng ?

球票 贵 吗？ 多少 钱 一 张？

◇ Bú guì, chàbùduō 20 kuài qián zuǒyòu.

不 贵， 差不多 20 块 钱 左右。

duànliàn	v	take exercise
shēntǐ	n	body
yùndòng	n	sports, exercise
dǎ	v	play
lánqiú	n	basketball
yóu	v	swim
yǒng	v	swim
hái kěyǐ		not bad
tī	v	kick, play
zúqiú	n	football
kěshì	conj	but
bǐsài	n	match
qiúmí	n	a soccer fan
duì	adj	right, yes
tǐyùchǎng	n	stadium
rúguǒ	conj	if
piào	n	ticket
qiúpiào	n	football ticket
chàbùduō	adv	almost
zuǒyòu	n	about, or so

1 S V O

◆ Nǐ xǐhuān shénme yùndòng?

你　喜欢　什么　运动?

◇ Wǒ xǐhuān dǎ lánqiú.

我　喜欢　打　篮球。

V	N	
dǎ	páiqiú	*volleyball*
dǎ	wǎngqiú	*tennis*
dǎ	gāo'ěrfūqiú	*golf*
dǎ	pīngpāngqiú	*ping-pong*

2 S O V de adj

◆ Nǐ lánqiú dǎ de zěnmeyàng?

你　篮球　打　得　怎么样?

◇ Wǒ lánqiú dǎ de hái kěyǐ.

我　篮球　打　得　还　可以。

N		V
bǎolíngqiú	*bowling*	dǎ
yǔmáoqiú	*badminton*	dǎ
zúqiú	*football*	tī
yóuyǒng	*swim*	yóu

3 S V V O

◆ Nǐ huì tī zúqiú ma?

你　会　踢　足球　吗?

◇ Wǒ bú huì tī zúqiú.

我　不　会　踢　足球。

V	N	
dǎ	lánqiú	
dǎ	páiqiú	
yóu	yǒng	
huá	bīng	*skating*
huá	xuě	*skiing*

4 S V V O

◆ Nǐ xǐhuān kàn shénme bǐsài?

你　喜欢　看　什么　比赛?

◇ Wǒ xǐhuān kàn zúqiú bǐsài.

我　喜欢　看　足球　比赛。

N	
tiánjìng	*track and field*
lánqiú	
yóuyǒng	
chángpǎo	*long-distance running*
duǎnpǎo	*short-distance running*

5   S V O

◆ Nǐ shì qiúmí ba ?

  你 是 球迷 吧？

◇ Duì, wǒ shì qiúmí.

  对， 我 是 球迷。

N	
zúqiúmí	*football fan*
lánqiúmí	*basketball fan*
shūmí	*avid reader, bookworm*
diànyǐngmí	*film fan*

6   S   adj

◆ Qiúpiào guì ma ?

  球票 贵 吗？

◇ Qiúpiào bú guì.

  球票 不 贵。

N	
zúqiúpiào	*football ticket*
diànyǐngpiào	*film ticket*
fēijīpiào	*plane ticket*
huǒchēpiào	*train ticket*

Grammar   语法

● S O V 得 adj

你 篮球 打 得 怎么样？
我 篮球 打 得 不错。

> 复习带程度补语的句式。如：
> Review the sentences composed with the complement of degree, e. g.

● S V 得/不 V O

我 买 不 到 球票。
他 买 得 到 球票。

> 复习带可能补语的句式。如：
> Review the sentences composed with the potential complement, e. g.

● 如果……就……

我如果买不到球票，就看电视。
如果天气不好，就不去。

> 连词"如果……就……"的用法举例。
> 如果 … 就 … occurs in conditional complex sentences, e. g.

shòu máoyī 瘦毛衣
a tight-fitting sweater

dān bùxié 单布鞋
simple cloth shoes

báo wàiyī 薄外衣
unlined coat

hòu dàyī 厚大衣
a heavy overcoat

cháng kù 长裤
a pair of trousers

duǎn qún 短裙
a short skirt

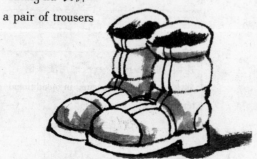

dà xuēzi 大靴子
big boots

xiǎo màozi 小帽子
a small cap

◆ Wǒ xiǎng gěi háizi mǎi jiàn yīfu.

我 想 给 孩子 买 件 衣服。

◇ Nín xiǎng mǎi shénme yàng de ?

您 想 买 什么 样 的 ?

◆ Nàyàng de. Zhè jiàn gēn nà jiàn yíyàng ma ?

那样 的。 这 件 跟 那 件 一样 吗 ?

◇ Bù yíyàng. Zhè shì jìnkǒu de, Yìdàlì de.

不 一样。 这 是 进口 的, 意大利 的。

◆ Zhè jiàn gēn nà jiàn yíyàng dà ma ?

这 件 跟 那 件 一样 大 吗 ?

◇ Yíyàng dà, dōu shì zhōnghào de. Nǐ háizi

一样 大, 都 是 中号 的。 你 孩子

bǐ nǐ gāo ma ? Zhǎng de pàng bú pàng ?

比 你 高 吗 ? 长 得 胖 不 胖 ?

◆ Wǒ yì mǐ 68. Tā bǐ wǒ gāo 5 gōngfēn. Tā

我 1 米 68。 他 比 我 高 5 公分。 他

zhǎng de méi yǒu wǒ pàng, bǐ wǒ shòu

长 得 没 有 我 胖, 比 我 瘦

de duō. Tā chuān zhōnghào de xiǎo diǎnr.

得 多。 他 穿 中号 的 小 点儿。

◇ Tā chuān dàhào de bǐjiào héshì.

他 穿 大号 的 比较 合适。

◆ Nǐmen shāngdiàn jǐ diǎn guān mén ?

你们 商店 几 点 关 门 ?

◇ 9 diǎn. Wǒmen guān de bǐ biérén wǎn.

9 点。 我们 关 得 比 别人 晚。

gěi	prep	for
jiàn	m	(a measure word)
yīfu	n	clothing
yàng	n	appearance
gēn	prep	with, as
yíyàng	n	the same
jìnkǒu	v	import
zhōnghào	n	medium size
bǐ	prep	than
gāo	adj	high, tall
zhǎng	v	grow
pàng	adj	fat
mǐ	m	metre
gōngfēn	m	centimetre
shòu	adj	thin
chuān	v	put on, wear
dàhào	n	large size
héshì	adj	suitable
guān	v	close
mén	n	door
bié	adj	other
biérén	n	other people
wǎn	adj	late

1   S   V   P   O   V   O

◆ Nǐ xiǎng gěi háizi mǎi shénme ?

你 想 给 孩子 买 什么 ？

◇ Wǒ xiǎng gěi háizi mǎi jiàn yīfu .

我 想 给 孩子 买 件 衣服 。

M	N	
jiàn	dàyī	*overcoat*
jiàn	máoyī	*sweater*
tiáo	qúnzi	*skirt*
tiáo	kùzi	*trousers*
dǐng	màozi	*hat, cap*

2   A   跟   B (不)   一样

◆ Zhè jiàn gēn nà jiàn yíyàng ma ?

这件 跟 那件 一样 吗 ？

◇ Zhè jiàn gēn nà jiàn yíyàng.

这 件 跟 那 件 一样 。

N	N
nǐ de shū	tā de shū
tā de yīfu	nǐ de yīfu
Zhōngguórén	Měiguórén
huāchá	hóngchá

3   A   跟   B(不)一样   adj

◆ Zhè jiàn gēn nà jiàn yíyàng dà ma ?

这 件 跟 那件 一样 大 吗 ？

◇ Zhè jiàn gēn nà jiàn yíyàng dà.

这 件 跟 那件 一样 大 。

N/pro	N/pro	adj
zhè tiáo	nà tiáo	guì
nǐ de yīfu	tā de	piányi
nǐ	tā	gāo
nǐ	tā	pàng
nǐ àiren	tā	shòu

4   A   比   B   adj

◆ Nǐ háizi bǐ nǐ gāo ma ?

你 孩子 比 你 高 吗 ？

◇ Tā bǐ wǒ gāo.

他 比 我 高 。

N	N	adj	
nǐ	tā	ǎi	*short*
tā	nǐ	shòu	
Zhōngguó	Měiguó	dà	
Fǎguó	Déguó	xiǎo	
nǐ de shū	tā de shū	duō	

5   A 比 B adj＿

◆ Nǐ háizi bǐ nǐ gāo duōshao?

你 孩子 比 你 高 多少？

◇ Tā bǐ wǒ gāo 5 gōngfēn.

他 比 我 高 5 公分。

adj	
ǎi	3 gōngfēn
gāo	5 gōngfēn
pàng	yìdiǎnr
shòu	de duō

6   A V de 比 B adj

◆ Tā Zhǎng de bǐ nǐ gāo ma?

他 长 得 比 你 高 吗？

◇ Tā zhǎng de méi yǒu wǒ gāo.

他 长 得 没 有 我 高。

V		adj
shuō		hǎo
dǎ	*play*	hǎo
zǒu	*leave*	zǎo
lái		wǎn

●   A 跟 B 不 一样 adj

这件 跟 那件 一样 大。
这件 跟 那件 不 一样 大。

"A 跟 B 一样"句式表示两个事物是一样的。如：
A 跟 B 一样 can be used to compare two things that are either identical or similar, e. g.

●   A 比 B adj＿

我 比 他 高 五公分。
他 比 我 胖 一点儿。

介词"比"可以比较两个事物的性质、特点，如：
The preposition 比 may be used to express comparison between two objects, e. g.

●   A V de 比 B adj＿

他 长 得 比 我 高 得多。
他 说 得 比 我 好一点儿。
我们 关 得 比 别人 晚。

在某些动词谓语句中也可以用"比"表示比较。如：
比 may also be used to express comparison in sentences with a verbal predicate, e. g.

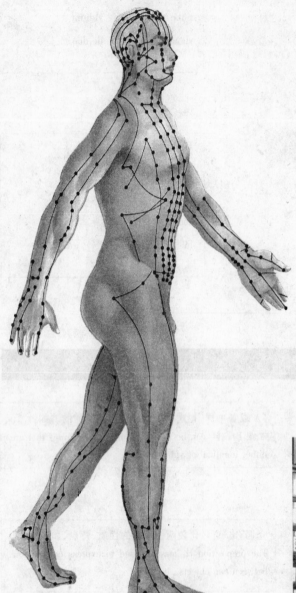

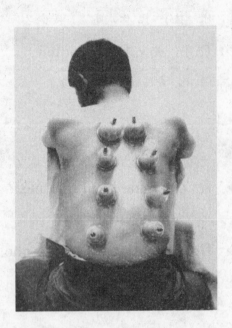

bá guàn 拔罐
cupping glass therapy

réntǐ zhēnjiǔ xuéwèi tú
人体针灸穴位图
acupuncture points

zhōngyào fáng 中药房
a Chinese drug store

◆ Xiǎojiě, wǒ bìng le, guà gè nèikē.

　　小姐，　我 病 了，挂 个 内科。

◇ 5 kuài. Nèikē zài 3 céng. Diàntī zài nàr.

　　5 块。内科 在 3 层。电梯 在 那儿。

★ 28 hào. Nín nǎr bù shūfu?

　　28 号。您 哪儿 不 舒服？

◆ Wǒ tóu téng, jué de húnshēn méi jìnr.

　　我 头 疼，觉 得 浑身　没 劲儿。

★ Bié zhàn zhe, zuò xià shuō. Fāshāo ma?

　　别　站 着，坐 下 说。发烧 吗？

◆ Fāshāo, gāngcái shì biǎo 37 dù 5.

　　发烧，　刚才 试 表 37 度 5。

★ Késou bù késou?

　　咳嗽 不 咳嗽？

◆ Késou, tǐng lìhai. Dàifu, shénme bìng?

　　咳嗽，　挺 厉害。大夫，什么　病？

★ Gǎnmào. Nǐ zháoliáng le. Chī xiē yào ba.

　　感冒。你 着凉 了。吃 些 药 吧。

◆ Wǒ bù néng chī zhōngyào. Kāi xīyào ba.

　　我 不 能 吃 中药。开 西药 吧。

★ Gěi nǐ yàofāng. Nǐ qù yàofáng qǔ yào ba.

　　给 你 药方。你 去 药房 取 药 吧。

◆ Dàifu, zhè xiē yào zěnme chī?

　　大夫，这 些 药　怎么 吃？

★ Yì tiān 3 cì, yí cì yí piàn, fàn hòu chī.

　　1 天 3 次，1 次 1 片，饭 后 吃。

guà	v	register
nèikē	n	internal medicine
diàntī	n	elevator
shūfu	adj	be well, comfortable
tóu	n	head
téng	adj	ache, have a pain
húnshēn	n	all over
jìnr	n	strength
zhàn	v	stand
fāshāo	v	have a fever
gāngcái	n	a moment ago
shì biǎo	v	take sb's temperature
késou	v	cough
tǐng	adv	very
lìhai	adj	fierce, terrible
bìng	n, v	illness; be ill
gǎnmào	v	common cold
zháoliáng	v	catch a cold
yào	n	medicine, drug
zhōngyào	n	Chinese medicine
kāi	v	write out
xīyào	n	Western medicine
yàofāng	n	prescription
yàofáng	n	pharmacy
qǔ	v	take, get
cì	n	time
piàn	m	slice, (a measure word)

Substitution Drills 句型练习

1 S V O

◆ Nín guà shénme kē ?

您 挂 什么 科？

◇ Wǒ guà gè nèikē.

我 挂 个 内科。

N	
wàikē	surgical department
yǎnkē	ophthalmology
fùkē	gynecology
yákē	dentistry

2 S n adj

◆ Nín nǎr bù shūfu ?

您 哪儿 不 舒服？

◇ Wǒ tóu téng .

我 头 疼。

N			
dùzi	belly	yá	tooth
yǎnjing	eye	tuǐ	leg
bízi	nose	wèi	stomach
xīnzàng	heart	sǎngzi	throat

3 S V

◆ Nǐ fāshāo ma ?

你 发烧 吗？

◇ Wǒ bù fāshāo.

我 不 发烧。

V	
késou	cough
fāshāo	have a fever
lā dùzi	suffer from diarrhoea
tù	vomit

4 S V O

◆ Wǒ shì shénme bìng ?

我 是 什么 病？

◇ Gǎnmào.

感冒。

N	
zháoliáng	catch a cold
xīnzàngbìng	heart disease
gāoxuèyā	hypertension
wèiyán	gastritis

5   S   V   V   O

◆ Nǐ néng chī zhōngyào ma ?

你 能 吃 | 中药 | 吗 ?

◇ Wǒ bù néng chī zhōngyào.

我 不 能 吃 中药。

N	
xīyào	*Western medicine*
zhōngyào	*Chinese medicine*
tāngyào	*decoction of medicine*

6   O   V

◆ Zhè xiē yào zěnme chī ?

这 些 药 怎么 吃 ?

◇ Yì tiān 3 cì, yí cì yí piàn, fàn hòu chī.

| 1 天 3 次, 1 次 1 片 |, 饭 后 吃。

1 tiān	2 cì
1 tiān	1 cì
1 cì	3 piàn
1 cì	2 piàn

Grammar   语法

● S   S   adj

你 头 疼。
我 肚子 不舒服。

复习主谓谓语句。如:
Review the sentences with a subject-predicate construction as the predicate, e. g.

● S   V 着   V

他 站着。
你 坐着 说。

动态助词"着"在动词后表示动作的方式,如:
When the verbal particle 着 comes after a verb, it indicates the manner of the action, e. g.

● S   V v   V

你 坐下 说。
你 放下。

动词"下"作补语,表示趋向。如:
The verb 下 is used as complement, indicating direction, e. g.

yīngbàng　英镑

lǐlā　里拉

měiyuán　美元

mǎkè　马克

rìyuán　日元

fǎláng　法朗

◆ Wǒ de qián huā wán le, wǒ qù huàn qián.
我 的 钱 花 完 了，我 去 换 钱。

◇ Nǐ shì qù yínháng huàn ma ?
你 是 去 银行 换 吗？

◆ Bú shì, wǒ shì qù zhǎo sīrén huàn.
不 是，我 是 去 找 私人 换。

◇ Nǐ bú pà bèi rén piàn le ?
你 不 怕 被 人 骗 了？

◆ Wǒ huànle hǎo jǐ cì le, dōu méi wèntí.
我 换了 好 几 次 了，都 没 问题。

◇ Nǐ wèishénme ài zhǎo sīrén huàn ne ?
你 为什么 爱 找 私人 换 呢？

◆ Zài yínháng huàn de shǎo. 100 měiyuán
在 银行 换 的 少。 100 美元

zài yínháng huàn 820, sīrén nàr kěyǐ huàn
在 银行 换 820，私人 那儿 可以 换

890, duō 70 kuài ne. Lìngwài qù yínháng
890， 多 70 块 呢。 另外 去 银行

máfan, jì yào páiduì, yòu yào tián dānzi.
麻烦，既 要 排队，又 要 填 单子。

◇ Nǐ zhīdào ma ? Gēn sīrén huàn wàihuì shì
你 知道 吗？ 跟 私人 换 外汇 是

fēifǎ de, jǐngchá fāxiànle jiǎ rénmínbì.
非法 的， 警察 发现了 假 人民币。

◆ Zhēn de ma ? Bié xiàhu wǒ. Wǒ bú qù le.
真 的 吗？ 别 吓唬 我。 我 不 去 了。

huā	v	spend
huàn	v	change
sīrén	n	private
pà	v	fear, dread
bèi	prep	by
piàn	v	deceive, fool
hǎo	adv	quite a few
wèntí	n	problem
ài	v	love, like to
měiyuán	n	U. S. dollar
lìngwài	conj	in addition
máfan	adj	troublesome
jì... yòu	conj	both... and
páiduì	v	line up
tián	v	fill in
dānzi	n	form
wàihuì	n	foreign exchange
fēifǎ	adj	unlawful
jǐngchá	n	policeman
fāxiàn	v	discover
jiǎ	adj	false, fake
rénmínbì	n	Chinese monetary unit
zhēn	adj	real
bié	v	don't
xiàhu	v	frighten, scare

1   O   V v

◆ Nǐ de qián huā wán le ma ?

你 的 钱 花 完 了 吗 ？

◇ Wǒ de qián huā wán le.

我 的 钱 花 完 了 。

N		V
shū		kàn
yào		chī
jiǔ		hē
zuòyè	*homework*	zuò

2   S   V   O

◆ Nǐ huàn duōshao měiyuán ?

你 换 多少 美元 ？

◇ Wǒ huàn 100 měiyuán.

我 换 100 美元 。

N	
rìyuán	*Japanese yen*
ōuyuán	*Euro*
fǎláng	*franc*
mǎkè	*mark*

3   S   V   O

◆ 100 měiyuán huàn duōshao rénmínbì ?

100 美元 换 多少 人民币 ？

◇ Huàn 825 kuài.

换 825 块 。

N	
yīngbàng	*pound sterling*
xīnjiāpōyuán	*Singapore dollar*
gǎngbì	*Hong Kong dollar*
jiānádàyuán	*Canadian dollar*
lǐlā	*lira*

4   S   V ___ 次 O

◆ Nǐ huànle jǐ cì qián le ?

你 换了 几次 钱 了 ？

◇ Wǒ huànle 3 cì le.

我 换了 三次了 。

V		N
qù	guo	Shànghǎi
kàn	le	diànyǐng
lái	le	Zhōngguó
chī	guo	kǎoyā
wèn	le	lǎoshī

5 S V V O adj

◆ Nǐ juéde qù yínháng máfan ma ?

你 觉得 | 去 银行 | 麻烦 吗 ?

◇ Wǒ juéde hěn máfan.

我 觉得 很 麻烦。

V	N
huàn	qián
mǎi	fēijīpiào
pái	duì
tián	dānzi

6 O P S V

◆ Nǐ bèi shéi piàn le ?

你 被 谁 | 骗 | 了 ?

◇ Wǒ bèi nà gè rén piàn le.

我 被 那 个 人 | 骗 | 了。

V	
dǎ	*hit*
fāxiàn	*discover*
kànjiàn	*see*
zhǎodào	*look for*

Grammar   语法

● O 被 S V

我 被 那个人 骗了。
他 被 人 打了。

汉语中有一种用介词"被"表示被动的句子。如：
There is one type of passive sentence formed with the preposition 被. The main verb of this sentence generally contains other elements indicating the result, extent or the time of an action, etc.

● S 既 V O, 又 V O

我 既 要排队, 又 要填单子。
我 既 要学习, 又 要工作。

"既……又……"用在表示递进的复句中。"既"和"又"都是副词, 要放在主语后, 动词前。
既 … 又 … occurs in progressive complex sentences. 既 and 又 are adverbs, placed after subject before verbs.

● S V___ 次 O

我 换了 三 次 钱。
我 去过 一 次 上海。

动量词"次"和数词结合在动词后作为补语, 说明动作的次数, 如：
次 often goes with a numeral and is used after the verb as an action-measure complement to show the frequency of an action.

◆ Wáng shūshu, nǐ zài zhèr děng shéi ne ?

王　叔叔，你　在　这儿　等　谁　呢？

◇ Wǒ nǚ'ér. Tā gāng jìnqu, yíhuìr jiù chūlai.

我　女儿。她　刚　进去，一会儿　就　出来。

◆ Nǐ hǎoxiàng bú tài gāoxìng, zěnme la ?

你　好像　不太　高兴，　怎么　啦？

◇ Hài, zuótiān tā cóng shāngdiàn mǎi huílai

嗳，　昨天　她　从　商店　买　回来

yí jiàn shàngyī, shì hēisè de, wǒ ràng tā qù

一件　　上衣，是　黑色　的，我　让　她　去

tuì le. Hēisè de duō nánkàn ya !

退了。黑色　的　多　难看　呀！

◆ Xiànzài nǚháizi chuān hēisè de shímáo.

　现在　女孩子　穿　黑色　的　时髦。

Wǒ juéde tā chuān hēisè de tǐng piàoliang .

我　觉得　她　穿　黑色　的　挺　漂亮。

◇ Shì ma ? Qiáo ! Tā chūlai la. Tuì le ma ?

是　吗？　瞧！　她　出来　啦。退了　吗？

★ Méi yǒu. Bù néng tuì, huàn le jiàn lán de.

没　有。不能　退，换　了件　蓝　的。

◇ Nǐ chuān shang, ràng wǒmen kàn kan.

你　穿　上，　让　我们　看　看。

★ Bà, wǒ háishì xǐhuān nà jiàn hēi yánsè de.

爸，我　还是　喜欢　那件　黑　颜色　的。

◇ Tīng nǐ de, zài bǎ nà jiàn huàn huílai ba.

听　你的，再　把　那件　换　回来　吧。

shūshu	n	uncle
děng	v	wait
nǚ'ér	n	daughter
jìnqu	v	enter
chūlai	v	go out
hǎoxiàng	v	be like, seem
gāoxìng	v	glad, happy
la	part	(a modal particle)
hài	inter	Damnit!
huílai	v	return, be back
shàngyī	n	upper outer garment
hēi	adj	black
sè	n	colour
tuì	v	return, give back
duō	adv	how
nánkàn	adj	ugly
ya	part	(a modal particle)
shímáo	adj	fashionable
piàoliang	adj	beautiful
shì ma		really?
lán	adj	blue
chuānshang	v	wear, put on
bà	n	pa, dad
háishì	adv	still, yet
yánsè	n	colour
tīng nǐde		do what you want
bǎ	prep	

Substitution Drills　　　　句型练习

1 S P O V O

◆ Nǐ zài nǎr děng wǒ ?

　你 在 哪儿 等 我？

◇ Wǒ zài nàr děng nǐ.

　我 在 [那儿] 等 你。

N	
ménkǒu	entrance
bàngōngshì	office
kāfēiguǎn	coffee house
zhèr	here

2 S V v

◆ Tā jìn qu le ma ?

　他 [进 去] 了 吗？

◇ Tā jìn qu le.

　他 [进 去] 了。

V	V	V	V
jìn	qu	xià	qu
jìn	lai	xià	lai
chū	qu	shàng	qu
chū	lai	shàng	lai
huí	qu	guò	qu
huí	lai	guò	lai

3 S V v v O

◆ Nǐ mǎi huí lai shěnme dōngxi ?

　你 [买 回 来] 什么 东西？

◇ Wǒ mǎi huí lai yí jiàn shàngyī.

　我 [买 回 来] 一件 上衣。

V	V	V
dài	huí	lai
ná	huí	qu
qǔ	huí	lai
ná	chū	qu
ná	chū	lai

4 S V O

◆ Zhè shì shénme yánsè ?

　这 是 什么 颜色？

◇ Zhè shì hēisè.

　这 是 [黑色]。

N	
hóngsè	red
huángsè	yellow
lǜsè	green
huīsè	grey
báisè	white

120

5 S   V   V   O

◆ Nǐ xǐhuān chuān shénme yánsè de ?

你 喜欢 穿 什么 颜色 的？

◇ Wǒ xǐhuān chuān lán de.

我 喜欢 穿 蓝 的。

adj	
hēi	*black*
hóng	*red*
bái	*white*
lù	*green*

6 S P O V v v

◆ Tā bǎ yīfu huàn huílai le ma ?

他 把 衣服 换 回来 了 吗？

◇ Tā bǎ yīfu huàn huílai le.

他 把 衣服 换 回来 了。

V	V	V
mǎi	huí	lai
qǔ	huí	lai
ná	jìn	qu
dài	huí	lai

Grammar   语法

● S V v

他 进去 了。
他 进来 了。
他 回去 了。
他 回来 了。
他 出去 了。
他 出来 了。

● S V v v O

他 买回来 一件上衣。
我 换回来 一件蓝的。
他 拿出来 一本书。

● S P O V ＿

我 把 衣服 换回来 了。
他 把 药 吃了。

"来"和"去"在某些动词后表示动作的趋向，这种补语叫简单趋向补语。如果动作是向着说话人就用"来"；朝着相反的方向就用"去"，如：
来 and 去 are used after certain verbs to show the direction of a movement. Such complements are called simple directional complements. If the movement is toward the speaker or the thing referred to, 来 is used. If it is away from the speaker, 去 is used, e. g.

动词"上、下、进、出、回"等加简单趋向补语"来""去"用作别的动词的补语叫复合趋向补语。如：
When followed by the simple directional complement 来 or 去, the verb 上,下,进,出,回 may function as complement to other verbs, indicating the direction of movement. Such complements are called "complex directional complements".

表示对某人、某事施加某种动作并强调使人或事物产生某种结果或影响，就可以使用"把"字句。如：
The 把 sentence indicates that an action is applied to somebody or something with the emphasis that the action will bring about a result or influence, e. g.

wòshì 卧室
a bedroom

kètīng 客厅
a drawing room

chúfáng 厨房
a kitchen

wèishēngjiān 卫生间 a bathroom

◆ Mǎlì gāng bānjiā, nǐ qùguo tā xīnjiā le ma ?
马丽 刚 搬家, 你 去过 他 新家 了吗?

◇ Qùguò le. Fángzi hěn dà, bùzhì de búcuò.
去过了。 房子 很 大, 布置 得 不错。

◆ Tā zhù de fángzi yǒu jǐ gè fángjiān ?
他 住 的 房子 有 几 个 房间?

◇ 4 gè fángjiān. 3 gè wòshì, yí gè dà kètīng.
四个 房间。 三个 卧室、一个 大 客厅。

◆ Kètīng shì zěnme bùzhì de ?
客厅 是 怎么 布置 的?

◇ Kètīng li yǒu gè dà shāfā, diànshìjī fàngzài
客厅 里 有 个 大 沙发, 电视机 放在

shāfā duìmiàn, nǐ kěyǐ zuòzhe kàn, yě kěyǐ
沙发 对面, 你 可以 坐着 看, 也 可以

tǎngzhe kàn, hěn fāngbiàn. Qiáng shang
躺着 看, 很 方便。 墙 上

guà zhe yì fú yóuhuà. Chuānghu kāi zhe,
挂 着 一 幅 油画。 窗户 开着,

chuāngtái shang bǎi zhe jǐ pén huār.
窗台 上 摆着 几盆 花儿。

◆ Cānguān wèishēngjiān hé chúfáng le ma ?
参观 卫生间 和 厨房 了吗?

◇ Cānguān le. Wèishēngjiān gānjìng jíle,
参观 了。 卫生间 干净 极了,

chúfáng bù xiǎo, shèbèi shì xiàndàihuà de.
厨房 不 小, 设备 是 现代化 的。

bānjiā	v	move house
xīn	adj	new
fángzi	n	house
bùzhì	v	decorate, arrange
wòshì	n	bedroom
kètīng	n	drawing room
shāfā	n	sofa
diànshìjī	n	television set
fàng	v	put
tǎng	v	lie
fāngbiàn	adj	convenient
qiáng	n	wall
guà	v	hang, put on
fú	m	(a measure word)
yóuhuà	n	oil painting
chuānghu	n	window
chuāngtái	n	windowsill
bǎi	v	place
jǐ	pro	a few
pén	n	pot, basin
huār	n	flower
cānguān	v	visit
wèishēngjiān	n	toilet
chúfáng	n	kitchen
gānjìng	adj	clean
shèbèi	n	equipment
xiàndàihuà	adj	modernize

1　　O　V　de　adj

◆ Fángzi bùzhì de zěnmeyàng ?

　房子　布置　得　怎么样？

◇ Bùzhì de búcuò.

　　布置　得　不错。

N	
kètīng	*drawing room*
shūfáng	*study*
wòshì	*bedroom*
chúfáng	*kitchen*

2　S　V　　O

◆ Nǐ jiā yǒu jǐ gè fángjiān ?

　你　家　有　几　个　房间？

◇ Wǒ jiā yǒu 3 gè fángjiān.

　　我　家　有　三　个　房间。

N
wòshì
wèishēngjiān
kètīng
shūfáng

3　S　V　　O

◆ Kètīng li yǒu jǐ gè shāfā?

　客厅　里　有　几　个　沙发？

◇ Yǒu yí gè shāfā.

　　有　一　个　沙发。

M	N	
zhāng	zhuōzi	*table*
bǎ	yǐzi	*chair*
zhāng	chuáng	*bed*
gè	shūjià	*bookshelf*
gè	guìzi	*cabinet*

4　　O　V　v　O

◆ Diànshìjī fàng zài nǎr ?

　电视机　放　在　哪儿？

◇ Diànshìjī fàng zài shāfā duìmiàn.

　电视机　放　在　沙发　对面。

N
zhuōzi
yǐzi
shūjià
chuáng
shāfā

5   S V 着 O

◆ Qiáng shang guà zhe shénme ?

墙　上　挂　着　什么？

◇ Qiáng shang guà zhe yì fú yóuhuà.

墙　上　挂　着　一幅　油画。

N	V
zhuōzi	fàng
chuáng	fàng
chuāngtái	bǎi
yǐzi	fàng

6   S V O

◆ Nǐ cānguān wèishēngjiān le ma ?

你　参观　卫生间　了吗？

◇ Wǒ cānguān wèishēngjiān le.

我　参观　卫生间　了。

N	
Gùgōng	*the Forbidden City*
měishùguǎn	*art gallery*
bówùguǎn	*museum*
Běijīng Dàxué	*Beijing University*

Grammar   语法

● S V 着 O

墙上　挂着　一幅油画。
窗台上　摆着　一盆花儿。

● S V 着 V O

我　坐着　看电视。
他　躺着　看书。

● O Vv O

电视机　放在　沙发对面。
花儿　摆在　窗台上。

说明某处所有某种现象在持续的句子里，表示处所的词或词组在句首，动词加动态助词"着"。如：
Nouns or phrases of place often occur at the beginning of a sentence, indicating that a certain phenomenon continues in a certain place, and the particle 着 is added after the verb, e. g.

复习动词后加动态助词"着"表示后一动作的方式。
Review: Verbs with the particle 着 are used adverbially to modify a verb predicate, expressing the manner of action.

有些句子的主语是受事的，被动的意思很明显，这样的句子叫意义上的被动句，如：
There are sentences whose subjects are recipients of actions. Sentences of this type are distinctly passive in meaning, and are called "notionally passive sentences".

Zhōngguó guóhuà 中国国画
traditional Chinese painting

jīngjù liǎnpǔ 京剧脸谱
painted faces in Peking opera

suǒnà 唢呐 *suona* horn
èrhú 二胡 *erhu*, 2-stringed fiddle
pípā 琵琶 *pipa*, 4-stringed Chinese lute

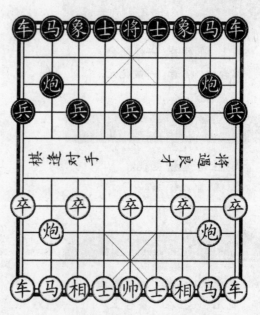

Zhōngguó xiàngqí 中国象棋
Chinese chess

◆ Nǐ yǒu shénme yèyú àihào ma ?

你 有 什么 业余 爱好 吗？

◇ Wǒ xǐhuān huà huàr. Zhè shì wǒ zuìjìn

我 喜欢 画 画儿。 这 是 我 最近

huà de yì fú guóhuà, nǐ juéde zěnmeyàng?

画 的 一幅 国画， 你 觉得 怎么样？

◆ Búcuò. Nǐ xǐhuān nǎ wèi huàjiā de huàr ?

不错。 你 喜欢 哪 位 画家 的 画儿？

◇ Qí Báishí de. Chúle huà huàr yǐwài, wǒ

齐 白石 的。 除了 画 画儿 以外， 我

hái ài zhàoxiàng. Nǐ kàn, zhè shì wǒ zhào

还 爱 照相。 你 看， 这 是 我 照

de hēibái zhàopiàn, shì zài yì tiáo hútòng

的 黑白 照片， 是 在 一 条 胡同

li zhào de. Nǐ huì yuèqì ma ?

里 照 的。你 会 乐器 吗？

◆ Bú huì, yì zhǒng yě bú huì, nǐ ne ?

不会， 一 种 也 不会， 你 呢？

◇ Wǒ xǐhuān tīng gǔdiǎn yīnyuè, búdàn huì

我 喜欢 听 古典 音乐， 不但 会

tán gāngqín, érqiě hái huì lā xiǎotíqín.

弹 钢琴， 而且 还 会 拉 小提琴。

◆ Zhōumò nǐ ài cānjiā shénme huódòng ?

周末 你 爱 参加 什么 活动？

◇ Qù tiàowǔ, qù kàn diànyǐng shénme de.

去 跳舞， 去 看 电影 什么 的。

yèyú	n	sparetime
àihào	n	interest, hobby
huà	v	paint, draw
huàr	n	painting
zuìjìn	n	recently
guóhuà	n	Chinese painting
huàjiā	n	painter
chúle... yǐwài		except, besides
zhàoxiàng	v	photograph
zhào	v	photograph
zhàopiàn	n	photo
tiáo	m	(a measure word)
hútòng	n	lane, alley
yuèqì	n	musical instrument
gǔdiǎn	adj	classical
yīnyuè	n	music
búdàn	conj	not only
tán	v	pluck, play
gāngqín	n	piano
érqiě	conj	but also
lā	v	pull, play
xiǎotíqín	n	violin
zhōumò	n	weekend
huódòng	n	activity
tiàowǔ	v	dance
shénmede		and so on

Substitution Drills 句型练习

1 S V O

◆ Nǐ yǒu shénme yèyú àihào ?

你 有 什么 业余 爱好 ?

◇ Wǒ xǐhuān huà huàr.

我 喜欢 画 画儿 。

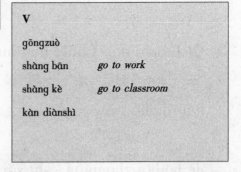

V	N	
chàng	gē	*sing a song*
xià	qí	*play chess*
tīng	jīngjù	*listen to a Beijing opera*
qù	lǚxíng	*travelling*

2 除了____以外，S 还 V O

◆ Chúle xuéxí yǐwài, nǐ hái zuò shénme ?

除了 学习 以外，你 还 做 什么 ?

◇ Wǒ hái huà huàr.

我 还 画 画儿 。

V	
gōngzuò	
shàng bān	*go to work*
shàng kè	*go to classroom*
kàn diànshì	

3 S V s v 的 O

◆ Zhè shì nǐ huà de huàr ma ?

这 是 你 画 的 画儿 吗 ?

◇ Zhè shì wǒ huà de huàr.

这 是 我 画 的 画儿 。

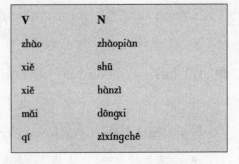

V	N
zhào	zhàopiàn
xiě	shū
xiě	hànzì
mǎi	dōngxi
qí	zìxíngchē

4 S 是 P O V 的

◆ Nǐ shì zài nǎr zhào de ?

你 是 在 哪儿 照 的 ?

◇ Wǒ shì zài yì tiáo hútòng li zhào de.

我 是 在 一 条 胡同 里 照 的 。

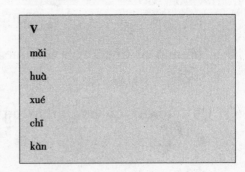

V
mǎi
huà
xué
chī
kàn

128

5 S V V O

◆ Nǐ huì tán gāngqín ma ?

你 会 弹　钢琴 吗？

◇ Wǒ huì tán gāngqín.

我 会 弹　钢琴 。

V	N	
lā	xiǎotíqín	
tiào	wǔ	
chàng	gē	sing
xià	qí	play chess

6 T S V O

◆ Zhōumò nǐ cānjiā shénme huódòng ?

周末 你 参加 什么 活动？

◇ Wǒ jīngcháng qù tiàowǔ.

我 经常 去 跳舞 。

V	
cānjiā wǔhuì	go to dancing party
qù kàn diànyǐng	go to movie
qù chàng gē	go to practice singing

Grammar　　　　　　　　　语法

● 除了___以外，S V O

除了工作 以外，我还画画儿。
除了他 以外，我们都是学生。

"除了……以外"常与"还、也、都"等连用。如：
除了... 以外 is often followed by adverbs such as 还，也，or 都, e.g.

● S不但V O,而且V O

我不但会弹钢琴,而且还会拉小提琴。
他不但会说汉语,而且还会说英语。

"不但……而且……"用在表示递进关系的复句中。
不但 ... 而且 ... occurs in progressive complex sentences.

● S V 什么的

我 买了一些书、本子什么的。
我 看电视、听音乐什么的。

"……什么的"用在一个成分或几个成分之后表示"之类"的意思,如：
... 什么的 is used after a series of items to show "things like that, and so on, and what not".

100037
北京市西城区百万庄路24号
华语教学出版社

单　瑛　社长　收

上海市延长路149号
上海大学国际交流学院
丁小云　　邮政编码:200072

xìnfēng 信封 envelope

yóupiào 邮票 stamps

◆ Qǐngwèn, wǎng Měi guó jì yì fēng xìn, yào
　　请问，　往　美国 寄一 封 信，要

　 tiē duōshao qián de yóupiào ?
　　贴　多少　　钱 的 邮票？

◇ Yàoshi bù chāozhòng dehuà, 5 kuài 8.
　　要是 不 超重　 的话，五块 八。

　 Nǐ de xìn méi chāozhòng.　Nǐ yīnggāi bǎ
　　你 的 信 没　超重。　你 应该 把

　 jìxìnrén dìzhǐ hé xìngmíng xiě zài zhèr.
　　寄信人 地址 和　姓名 写 在 这儿。

◆ Hǎo, wǒ mǎshàng gǎi yíxià. Xíng le ma ?
　　好，　我 马上　改 一下。 行 了 吗？

◇ Xíng la. Nǐ hái jì shénme ?
　　行 啦。你 还 寄 什么？

◆ Jì jǐ běn shū, hái mǎi zhāng míngxìnpiàn.
　　寄 几 本 书，还 买 张　明信片。

◇ Dǎ kāi, ràng wǒ kàn yíxià.
　　打 开，　让 我 看 一下。

◆ Lǐmiàn jiù jǐ běn shū, méi biéde dōngxi.
　　里面　就 几 本 书，没 别的 东西。

◇ Bǎ tā bāo hǎo, huòzhě fàng zài zhǐxiāng li.
　　把 它 包 好，或者 放 在 纸箱里。

◆ Nǐ néng bāng wǒ bāo yíxià ma ?
　　你 能 帮 我 包 一下 吗？

◇ Xíng. Gūjì děi 200 kuài. Jì bāoguǒ guì.
　　行。 估计 得 200 块。 寄 包裹 贵。

wǎng	prep	in the direction of
jì	v	post
fēng	m	(a measure word)
xìn	n	letter
tiē	v	stick on, paste
yóupiào	n	stamp
yàoshi	conj	if
chāozhòng	v	overweight
dehuà		if
jìxìnrén	n	sender
dìzhǐ	n	address
xìngmíng	n	full name
mǎshàng	adv	at once
gǎi	v	correct
míngxìnpiàn	n	postcard
dǎkāi	v	open
lǐmiàn	n	inside
jiù	adv	only
tā	pro	it
bāo	v	wrap
huòzhě	cong	or
zhǐxiāng	n	carton
bāng	v	help
gūjì	v	estimate
děi	v	need
bāoguǒ	n	parcel

1 S V O

◆ Nǐ jì shénme ?

你 寄 什么 ?

◇ Wǒ jì yì fēng xìn.

我 寄 一 封 信 。

M	N	
fēng	guàhàoxìn	*registered letter*
zhāng	míngxìnpiàn	
gè	bāoguǒ	
běn	shū	

2 S P O V

◆ Nǐ wǎng shénme dìfang jì ?

你 往 什么 地方 寄 ?

◇ Wǒ wǎng Měiguó jì.

我 往 美国 寄 。

N
Fǎguó
Déguó
Shànghǎi
Nánjīng

3 V V O

◆ Yào tiē duōshao qián de yóupiào ?

要 贴 多少 钱 的 邮票 ?

◇ Yào tiē 5 kuài 6 de yóupiào.

要 贴 5 块 6 的 邮票。

V	N
mǎi	2 kuài
tiē	10 kuài 8
mǎi	9 kuài 4
tiē	8 máo

4 S V P O V v O

◆ Wǒ yīnggāi bǎ shénme xiě zài zhèr ?

我 应该 把 什么 写 在 这儿?

◇ Nǐ yīnggāi bǎ jìxìnrén dìzhǐ xiě zài zhèr.

你 应该 把 寄信人 地址 写 在 这儿。

N		V
shōuxìnrén	*recipient*	xiě
xìngmíng		xiě
yóupiào		tiē
shū		fàng
huàr		guà

5 S V V O V 一下

V	
xiě	*write*
gǎi	*correct*
tiē	*paste*
wèn	*ask*

◆ Nǐ néng bāng wǒ bāo yíxià ma ?

你 能 帮 我 包 一下 吗 ?

◇ Xíng .

行 。

6 S V V O

V	N	
yào	tiān	10 tiān
děi	tiān	15 tiān
yòng	qián	10 kuài
mài	qián	30 kuài

◆ Nǐ gūjì děi duōshao qián ?

你 估计 得 多少 钱 ?

◇ Wǒ gūjì děi 20 kuài qián.

我 估计 得 20 块 钱 。

Grammar 语法

● S P O V ___

你 把 姓名 写 在 这儿 。
我 把 书 放 在 纸箱 里 。
你 把 书 包 好 。

"把" 字句 的 动词 后 必须 带 有 补语、宾语 等 成分, 以 说 明 处置 的 结果, 如:

To indicate how a person or thing has been disposed of or what has resulted from the disposal, the verb of a 把 sentence must be followed by other elements such as a complement, or an object.

● Sentence 的话, Sentence

要是 不 超重 的话, 5 块 8 。
如果 天气 好 的话, 我们 去 公园 。

"……的话" 用 在 表示 假设 的 分句 后面, 如:

... 的话 is used in a conditional complex sentence and it is placed at the end of the first clause, e.g.

● V O adj

寄 包裹 很 贵 。
坐 飞机 很 快 。

动词 结构 可以 作 主语。如:

The verbal structure may be used as a subject, e.g.

zìxíngchē háng 自行车行

a bicycle shop

xiūchē tān 修车摊

one-man quick-stop bicycle repair

zìxíngchē liú 自行车流

a busy bicycle lane

cúnchēchù 存车处

a bicycle parking lot

◆ Nǐ yòng zìxíngchē ma? Yàoshi bú yòng,

你 用 自行车 吗？ 要是 不用，

jiè wǒ yòng yíxià. Wǒ yíhuìr jiù huílai.

借 我 用 一下。 我 一会儿 就 回来。

◇ Nǐ bú shì xīn mǎile liàng zìxíngchē ma ?

你 不 是 新 买了 辆 自行车 吗？

◆ Ràng rén tōu le. Nǐde zěnme méi rén tōu ?

让 人 偷 了。你的 怎么 没 人 偷？

◇ Nǐ bù liǎojiě, xiǎotōur zhuān tōu xīn chē,

你 不 了解， 小偷儿 专 偷 新 车，

jiù chē méi rén tōu. Nǐ bù gāi mǎi xīn chē.

旧 车 没 人 偷。你 不 该 买 新 车。

◆ Nǐ zhēn cōngming. Nǎr mài jiù chē ya ?

你 真 聪明。 哪儿 卖 旧 车 呀？

◇ Wǒ de bú shì mǎi de, shì péngyou sòng de.

我 的 不 是 买 的， 是 朋友 送 的。

◆ Nǐ de chē zěnme qí bú dòng ya ?

你 的 车 怎么 骑 不 动 呀？

◇ Hài, yòu huài le. Nǐ qù chēpù xiū yíxià ba.

嗐， 又 坏 了。你 去 车铺 修 一下 吧。

◆ Shīfu, wǒ de chē huài le, néng xiū ma ?

师傅， 我 的 车 坏 了， 能 修 吗？

★ Néng xiū. Bǎ chē fàng zài zhèr. Mǎshàng

能 修。把 车 放 在 这儿。 马上

gěi nǐ xiū. Bú yòng suǒ chē, diū bù liǎo.

给 你 修。 不 用 锁 车， 丢 不 了。

yòng	v	use
jiè	v	lend
liàng	m	(a measure word)
ràng	prep	by
tōu	v	steal
zěnme	pro	why
liǎojiě	v	understand
xiǎotōur	n	thief
zhuān	adv	especially
jiù	adj	old, used
gāi	v	should
cōngming	adj	intelligent, clever
sòng	v	give
dòng	v	move
huài	adj	bad, broken
chēpù	n	repair shop
xiū	v	repair
shīfu	n	master worker
suǒ	v	lock
diū	v	lose
liǎo	v	can possibly

Substitution Drills

句型练习

1 S V O

◆ Nǐ yòng zìxíngchē ma ?

你 用 自行车 吗 ？

◇ Wǒ bú yòng zìxíngchē.

我 不 用 自行车 。

N	
cídiǎn	*dictionary*
zhàoxiàngjī	*camera*
lùyīnjī	*tape recorder*
shōuyīnjī	*radio set*

2 V O V O

◆ Jiè wǒ yòng yíxià nǐ de cídiǎn, kěyǐ ma ?

借 我 用 一下 你的 词典 ， 可以 吗 ？

◇ Kěyǐ.

可以 。

N	
yǔsǎn	
gāngbǐ	
shūbāo	*satchel*
dāozi	*knife*

3 O P S V

◆ Nǐ de zìxíngchē ràng shéi tōu le ?

你的 自行车 让 谁 偷 了 ？

◇ Ràng xiǎotōur tōu le.

让 小偷儿 偷 了 。

N	V
tā	mǎi
wǒ de péngyou	mài
nà gè rén	tōu
wǒ de tóngshì	jiè

4 S adj

◆ Nǐ de zìxíngchē zěnme la ?

你的 自行车 怎么 啦 ？

◇ Wǒ de zìxíngchē huài le.

我的 自行车 坏 了 。

N
shǒubiǎo
qìchē
diànshìjī
diànhuà
zhàoxiàngjī

5   S   V de V

◆ Wǒ de zìxíngchē xiū de liǎo ma ?

我 的 自行车 │修 得 了│ 吗 ?

◇ Nǐ de zìxíngchē xiū bu liǎo.

你 的 自行车 │修 不 了│。

V	de/bu	V/adj
qí	de	dòng
xiū	de	hǎo
yòng	de	liǎo
mài	de	liǎo

6   O 是 S V O 的

◆ Zhè liàng chē shì shéi sòng nǐ de ?

这 辆 │车│ 是 谁 │送│ 你 的 ?

◇ Shì wǒ péngyou sòng wǒ de.

是 我 朋友 送 我 的。

N	V
shū	gěi
cídiǎn	jiè
shōuyīnjī	mài
zhàoxiàngjì	sòng

Grammar   语法

●   O 让 S V

我的自行车 让人 偷了。

我的车 叫他 修好了。

在被动句中，"被"常用于书面语中，口语中多用"让"或"叫"，如：

In the passive sentences, 被 is used mostly in written Chinese. In colloquial speech 让 and 叫 are more usual.

●   O V 得/不 V

我的车 修得 了。

他的车 骑 不 动。

复习可能补语。

Review the potential complement.

●   O 是 S V O 的

这辆车是 朋友送我的。

那本书是 他 买 的。

"是……的"可以用来表示强调来源、用途等，如：

是 ... 的 may be used to emphasize parts of a sentence indicating origin, use, e. g.

临 时 住 宿 登 记 表
REGISTRATION FORM OF TEMPORARY RESIDENCE

新大都饭店
BEIJING XINDADU HOTEL

姓 Surname	名 First Name	性别 Sex
中文姓名 Name in Chinese	国籍 Nationality	出生日期 Date of Birth
证件种类 Type of Certificate	护照或证件号码 Passport or Certificate No.	签证种类 Type of Visa
签证有效期 Valid Visa	抵达日期 Date of Arrival	离店日期 Date of Departure
接待单位 Received by	房号 Room No.	

永久地址 Permanent Address	
职业及工作处所 Occupation & Place of Work	停留事由 Object of Stay
离店时我的账目结算将由 ON CHECKING OUT MY ACCOUNT WILL BE SETTLED BY: ☐ CASH 现金 ☐ CREDIT CARD 信用咭 ☐ T/A VOUCHER 旅行社凭单 ☐ OTHERS 其他	ROOM RATE 房价 退房时间是中午十二时整 CHECKING OUT TIME IS 12:00 NOON 宾客签字 Guest signature 署名
REMARKS 备注	GLERK'S INITIAL 职员签名

zhùsù dēngjì biǎo 住宿登记表

138

◆ Xiǎojiě, wǒ bànlǐ yíxiàr zhù diàn shǒuxù.

小姐, 我 办理 一下儿 住店 手续。

◇ Nín yùdìng fāngjiān le ma ?

您 预定 房间 了 吗？

◆ Yùdìng le. Wǒ jiào Zhāng Jīngshēng.

预定 了。我 叫 张 京生。

◇ Nín yùdìng de shì yí gè biāozhǔnjiān hé yí

您 预定 的 是 一个 标准间 和一

gè tàojiān. Cóng 6 yuè 3 hào dào 7 hào.

个 套间。 从 6 月 3 号 到 7 号。

◆ Duì. Néng zài gàosu wǒ yíxiàr jiàgé ma ?

对。 能 再 告诉 我 一下儿 价格 吗？

◇ Biāozhǔnjiān yì tiān 350, tàojiān 480.

标准间 一 天 350， 套间 480。

◆ Bāokuò bù bāokuò zǎocān ?

包括 不 包括 早餐？

◇ Bāokuò. Nín xiān tián xià zhè zhāng biǎo.

包括。 您 先 填 下 这 张 表。

◆ Wǒ wàng dài bǐ le. Jiè wǒ bǐ yòng yíxiàr.

我 忘 带 笔 了。借 我 笔 用 一下儿。

◇ Ràng wǒ kàn yíxiàr nín de shēnfènzhèng.

让 我 看 一下儿 您 的 身份证。

◆ Wǒ xīwàng yào gè ānjìng de fángjiān.

我 希望 要 个 安静 的 房间。

◇ Jiāo 300 kuài qián yājīn. Zhè shì yàoshi.

交 300 块 钱 押金。 这是 钥匙。

bànlǐ	v	handle
zhù	v	live
diàn	n	hotel
shǒuxù	n	formalities
yùdìng	v	book, reserve
biāozhǔnjiān	n	standard room
tàojiān	n	suite
duì	adj	right
jiàgé	n	price
bāokuò	v	include
zǎocān	n	breakfast
tián	v	fill in
biǎo	n	table, form
wàng	v	forget
dài	v	bring, take
shēnfènzhèng	n	identity card
xīwàng	v	hope, wish
ānjìng	adj	quiet
jiāo	v	pay
yājīn	n	cash pledge
yàoshi	n	key

1　S　V　O

◆ Nǐ yùdìng fángjiān le ma ?

你　预订　房间　了　吗 ?

◇ Wǒ yùdìng le.

我　预订　了。

N
fēijīpiào
huǒchēpiào
fángjiān
jīpiào

2　S　V　O

◆ Nín yùdìng shénmeyàng de fángjiān ?

您　预订　什么样　的　房间 ?

◇ Wǒ yùdìng yí gè biāozhǔnjiān.

我　预订　一个　标准间。

		N
2	gè	tàojiān
3	gè	biāozhǔnjiān
1	gè	zǒngtǒngtàofáng
		President room

3　　S　N　N

◆ Biāozhǔnjiān yì tiān duōshao qián ?

标准间　一　天　多少　钱 ?

◇ Biāozhǔnjiān yì tiān 280.

标准间　一　天　280。

N	
tàojiān	360
biāozhǔnjiān	250
tàojiān	450
zǒngtǒngtàofáng	5300

4　S　V　V　O

◆ Tā wàng dài shénme le ?

他　忘　带　什么　了 ?

◇ Tā wàng dài gāngbǐ le.

他　忘　带　钢笔　了。

V	N
xiě	míngzi
jiè	shū
wèn	dìzhǐ
shuō	shíjiān
mǎi	píjiǔ

5   V   O   V   O

◆ Ràng wǒ kàn yíxiàr nǐ de shēnfènzhèng.

   让 我 看 一下儿 你 的 身份证 。

◇ Zhè shì wǒ de shēnfènzhèng.

   这 是 我 的 身份证 。

hùzhào	*passport*
zhàopiàn	*photo*
shǒubiǎo	*wrist watch*
shū	*book*

6   S   V   V   O

◆ Nǐ xīwàng yào shénmeyàng de fángjiān ?

   你 希望 要 什么样 的 房间 ?

◇ Wǐ xīwàng yào gè ānjìng de fángjiān.

   我 希望 要 个 安静 的 房间 。

cháo nán de	*southward*
dà de	
yǒu kōngtiáo de	*air conditioned*
yǒu diànshì de	
yǒu diànhuà de	

Grammar   语法

● S V 一下儿 O

   我 办理 一下儿 手续。
   我 看 一下儿 你的身份证。
   你 告诉我一下儿 价格。

动量补语"一下儿"常用来表示动作经历的时间短或表示轻松随便,其作用相当于动词重叠,如:
一下儿 is used to indicate that the action is done in a casual way or lasting for only a little while. Its function is similar to a repeated verb, e. g.

● S 忘 V O

   我 忘 带 笔 了。
   我 忘 吃 药 了。

动宾结构可以作动词"忘"的宾语,如:
The object of the verb 忘 may be a verbal structure, e. g.

huǒchē piào 火车票 train tickets

chēzhàn	n	railway station
shòupiàochù	n	booking office
jìnzhànkǒu	n	entrance
chūzhànkǒu	n	exit
huǒchēpiào	n	railway ticket
cì	m	order, number
tèkuài	n	express train
zuǒyòu	n	about
cì	m	time
zǒu	v	go away
dào	v	arrive
kàn	v	think, see
kāi	v	start, set out
jiù	adv	in that case
wòpù	n	sleeping berth
yìngwò	n	hard sleeper
ruǎnwò	n	soft berth
gěi	v	give
xiàpù	n	lower berth
shèngxià	v	be left (over)
zhōngpù	n	middle berth

◆ Qǐng wèn, chēzhàn shòupiàochù zài nǎr?
请 问, 车站 售票处 在 哪儿?

◇ Zài jìnzhànkǒu hé chūzhànkǒu zhōngjiān.
在 进站口 和 出站口 中间。

◆ Mǎi yì zhāng dào Xī'ān de huǒchēpiào.
买 一 张 到 西安 的 火车票。

◇ Nín yào nǎ tiān de? Duōshao cì de?
您 要 哪 天 的? 多少 次 的?

◆ Hòutiān de. Dào Xī'ān yào jǐ gè xiǎoshí?
后天 的。到 西安 要 几 个 小时?

◇ Tèkuài yào 15 gè xiǎoshí zuǒyòu.
特快 要 15 个 小时 左右。

◆ Wǒ dì yī cì qù, xiǎng xiàwǔ zǒu, dì 2 tiān
我 第一 次 去, 想 下午 走, 第二 天
zǎoshang dào. Nín kàn, zuò nǎ cì hǎo?
早上 到。您 看, 坐 哪 次 好?

◇ 21 cì xiàwǔ 3 diǎn kāi, dì 2 tiān 9 diǎn dào.
21 次 下午 3 点 开, 第二 天 9 点 到。

◆ Hǎo, jiù yào 21 cì de. Yào wòpù.
好, 就 要 21 次 的。要 卧铺。

◇ Yào yìngwò háishì ruǎnwò?
要 硬卧 还是 软卧?

◆ Yào yìngwò. Zuì hǎo gěi wǒ yí gè xiàpù.
要 硬卧。最 好 给 我 一 个 下铺。

◇ Xiàpù méi yǒu le, jiù shèngxià zhōngpù le.
下铺 没 有 了, 就 剩下 中铺 了。

143

Substitution Drills	句型练习

1 S V O

◆ Nín mǎi dào nǎr de huǒchēpiào ?

您 买 到 哪儿 的 火车票？

◇ Mǎi yì zhāng dào Xī'ān de huǒchēpiào.

买 一 张 到 西安 的 火车票。

N
Shànghǎi
Guǎngzhōu
Wǔhàn
Qīngdǎo

2 S V O

◆ Nín yào nǎ tiān de ?

您 要 哪 天 的？

◇ Wǒ yào hòutiān de.

我 要 后天 的。

N	N
cì	13 cì
tiān	míngtiān
tiān	xīngqītiān
tiān	18 hào

3 从 ___ 到 ___ V T

◆ Cóng zhèr dào Xī'ān yào jǐ gè xiǎoshí ?

从 这儿 到 西安 要 几 个 小时？

◇ Tèkuài yào 15 gè xiǎoshí.

特快 要 15 个 小时。

N	N	
Běijīng	Shànghǎi	16
zhèr	nàr	10
Xī'ān	Nánjīng	13
Guǎngzhōu	Wǔhàn	14

4 S V O

◆ Nǐ dì jǐ cì qù Xī'ān ?

你 第 几 次 去 西安？

◇ Wǒ dì 3 cì qù Xī'ān.

我 第 3 次 去 西安。

N	
Zhōngguó	1
Měi guó	2
Shànghǎi	3
Xiānggǎng	4
Tā de jiā	3

144

5 S   T   V

◆ Huǒchē shénme shíhou kāi ?

火车　什么　时候　开？

◇ Huǒchē 8 diǎn kāi.

火车　8　点　开。

T	V
9:10	dào
10:30	kāi
2:20	dào
míngtiān xiàwǔ	dào

6 S V O 还是 O?

◆ Nǐ yào yìngwò háishì ruǎnwò ?

你　要　硬卧　还是　软卧？

◇ Wǒ yào yìngwò.

我　要　硬卧。

N		
yìngzuò	*hard seats*	wòpù
shàngpù		xiàpù
zhōngpù		xiàpù
shàngpù	*upper berth*	zhōngpù

Grammar   语法

● S 就 V O

(1)　好，就要 21 次的。
　　　他就是张先生。
(2)　我就去打电话。
　　　他就要回国了。
(3)　我就有 50 块钱。
　　　这儿就三个人。
(4)　我就不去。
　　　他就是不吃药。

副词"就"可以表示不同的意义。一，表示强调"就是"；二，表示强调"立刻、马上"；三，表示强调"只有"；四，表示强调"坚决"，如：
The adverb 就 is used before the predicate verb for emphasis of various implications, of which the common ones are as follows: (1) Emphasizing the meaning of "precisely". (2) Emphasizing the meaning of "immediately". (3) Emphasizing the meaning of "only". (4) Emphasizing the meaning of "resolution".

fēijī piào 飞机票 airplane ticket

◆ Nín hǎo ! Mínháng shòupiàochù.

　　您 好! 民航 售票处。

◇ Wǒ yùdìng yì zhāng qù Bālí de fēijīpiào.

　　我 预订 一 张 去 巴黎 的 飞机票。

◆ Mànmān de shuō. Nín yùdìng nǎ tiān de ?

　　慢慢 地 说。 您 预订 哪 天 的?

◇ 3 yuè 15 hào de. Shì gè xīngqīsì.

　　3 月 15 号 的。 是 个 星期四。

◆ Xīngqīsì méi yǒu hángbān. Xīngqīsān yǒu.

　　星期四 没 有 航班。 星期三 有。

◇ Nà dìng 3 yuè 14 hào de ba.

　　那 订 3 月 14 号 的 吧。

◆ Děng yíxià, wǒ kàn yǒu piào ma. Yǒu.

　　等 一下, 我 看 有 票 嘛。 有。

◇ Zài dìng yì zhāng 4 yuè 3 hào cóng Bālí

　　再 订 一 张 4 月 3 号 从 巴黎

huílai de. Yào jīngjìcāng, duōshao qián ?

回来 的。 要 经济舱, 多少 钱?

◆ Yígòng 6750. Qǐng tíqián 3 tiān qǔ piào.

　　一共 6750。 请 提前 3 天 取 票。

◇ Fēijī jǐ diǎn qǐfēi ? Shénme shíhou dào ?

　　飞机 几 点 起飞? 什么 时候 到?

◆ Xiàwǔ 3 diǎn qǐfēi, dàngtiān Bālí 18 diǎn

　　下午 3 点 起飞, 当天 巴黎 18 点

dào. Tíqián liǎng gè xiǎoshí dào jīchǎng.

到。 提前 两 个 小时 到 机场。

mínháng	n	civil aviation
yùdìng	v	book, reserve
fēijīpiào	n	plane ticket
màn	adj	slow
de	part	(a structural particle)
hángbān	n	scheduled flight
dìng	v	book
děng	v	wait
ma	part	(a modal particle)
jīngjì	n	economy
jīngjìcāng	n	economy class
tíqián	v	in advance
qǔ	v	fetch
piào	n	ticket
qǐfēi	v	take off
dàngtiān	n	the same day
jīchǎng	n	airport

1　S　V　O

◆ Nín yùdìng qù nǎr de fēijīpiào ?

　　您　预订　去哪儿的　飞机票 ？

◇ Yùdìng yì zhāng qù Měiguó de fēijīpiào.

　　预订　一　张　去　美国　的　飞机票 。

N	N
fēijīpiào	Fǎguó
fēijīpiào	Déguó
huǒchēpiào	Shànghǎi
huǒchēpiào	Xiānggǎng

2　S　V　O

◆ Xīngqītiān yǒu méi yǒu hángbān ?

　　星期天　有　没　有　航班 ？

◇ Yǒu hángbān.

　　有　航班 。

N
míngtiān
hòutiān
xīngqīsì
15 hào

3　S　V　O　还是　O

◆ Nín yào jīngjìcāng háishì shāngwùcāng ?

　　您　要　经济舱　还是　商务舱 ？

◇ Wǒ yào jīngjìcāng .

　　我　要　经济舱 。

N	
tóuděngcāng	*first class cabin*
jīngjìcāng	*economy cabin*
shāngwùcāng	*business cabin*
2 děngcāng	*second class cabin*
3 děngcāng	*third class cabin*

4　S　T　V

◆ Fēijī jǐ diǎn qǐfēi ?

　　飞机　几　点　起飞 ？

◇ Fēijī 9 diǎn bàn qǐfēi.

　　飞机　9　点　半　起飞 。

T
shàngwǔ 10 diǎn
xiàwǔ 3 diǎn
zǎoshang 7 diǎn
wǎnshang 8 diǎn
zhōngwǔ 12 diǎn

5 S T V O

◆ Fēijī shénme shíhou dào Běijīng?
飞机 什么 时候 到 北京 ?

◇ Fēijī dàngtiān xiàwǔ 3 diǎn dào.
飞机 当天 下午 3 点 到。

T	N
dì 2 tiān shàngwu	Shànghǎi
dàngtiān wǎnshang	Bālí
13 hào 16 diǎn	Dōngjīng
xīngqīliù xiàwu	Xī'ān

6 V V T V O

◆ Yào tíqián jǐ tiān qǔ piào?
要 提前 几天 取票 ?

◇ Yào tíqián 3 tiān qǔ piào.
要 提前 3 天 取票。

T	V	N
jǐgè xiǎoshí	dào	jīchǎng
jǐ tiān	qǔ	fēijīpiào
duōcháng shíjiān	dào	huǒchēzhàn

Grammar　　　　语法

● S adj 地 V O

你 慢慢地 说。
他 高兴地 告诉 我。

> 双音节形容词作状语修饰动词时,形容词后一般要加
> 结构助词"地",如:
> When a disyllabic adjective modifies a verb adverbially,
> it is generally followed by the structural particle 地, e. g.

● ＿＿＿＿的 N

我朋友 的 东西
去买东西 的 人

● V 得

说 得 很好
听 得 懂

> 汉语中有三个结构助词,"的""得""地"。"的"附在定
> 语后,名词前。"得"是附在动词、形容词后,补语前。
> "地"是在状语后,动词前。
> There are three structural particles 的,得,地 in Chinese.
> 的 only occurs after an attributive modifier before a noun.
> 得 only occurs between a verb and a complement.
> 地 only occurs after an adverbial adjunct, before a verb.

● ＿＿＿＿ 地 V

慢慢 地 说
一点儿一点儿 地 吃

Xīnlàng wǎngyè　新浪网页　Sina website

◆ Nǐ xiànzài shàng wǎng ma ?

你 现在 上 网 吗 ?

◇ "Shàng wǎng" shì shénme yìsi ?

"上 网" 是 什么 意思 ?

◆ Nǐ zěnme lián zhè dōu bù zhīdào ya ?

你 怎么 连 这 都 不 知道 呀 ?

◇ Wǒ zìjǐ gāng mǎile tái diànnǎo, zhèng

我 自己 刚 买了 台 电脑, 正

xiǎng qǐngjiào nǐ ne, gěi wǒ jièshào yíxia.

想 请教 你 呢, 给 我 介绍 一下。

◆ Nǐ kàn, zhè shì jǐ gè wǎngzhàn, yǒu rén bǎ

你 看, 这 是 几 个 网站, 有 人 把

hùliánwǎng jiàozuò xìnxī gāosù gōnglù.

互联网 叫做 信息 高速 公路。

◇ Wèishénme jiào gāosù gōnglù ne ?

为什么 叫 高速 公路 呢 ?

◆ Wǒ rènwéi shì tā kěyǐ hěn kuài de xiàng

我 认为 是 它 可以 很 快 地 向

rénmen tígōng gè zhǒng gè yàng de fúwù.

人们 提供 各 种 各 样 的 服务。

Bǐrú, shōufā yóujiàn, yòu piányi yòu kuài.

比如, 收发 邮件, 又 便宜 又 快。

◇ Guàibude jì xìn de rén yuèláiyuè shǎo le.

怪不得 寄信 的 人 越来越 少 了。

◆ Hái kěyǐ yìbiān kàn xīnwén yìbiān liáotiānr.

还 可以 一边 看 新闻 一边 聊天儿。

shàng wǎng		surf the net
yìsi	n	meaning
lián...dōu...	conj	even
zìjǐ	pro	self
tái	m	(a measure word)
diànnǎo	n	computer
zhèng	adv	just
qǐngjiào	v	ask for advice
wǎngzhàn	n	website
hùliánwǎng	n	the Internet
jiàozuò	v	call, be called
xìnxī	n	information
gāosù gōnglù	n	expressway
rènwéi	v	think, consider
xiàng	prep	for, to
rénmen	n	people
tígōng	v	provide
gè zhǒng gè yàng		various kinds of
fúwù	n	service
bǐrú		for example
shōufā	v	receive and send
yóujiàn	n	mail, letter
guàibude		no wonder
yuèláiyuè		more and more
yìbiān...yìbiān		simultaneously
xīnwén	n	news
liáotiānr	v	chat

Substitution Drills 句型练习

1   S   V   O

◆ "Shàng wǎng" shì shénme yìsi ?

　"上　网" 是　什么　意思 ?

◇ Nǐ zěnme lián zhè dōu bù zhīdào ya?

　你　怎么　连　这　都　不　知道　呀 ?

zhè gè cí	*this word*
zhè gè hànzì	*this Chinese character*
zhè gè jùzi	*this sentence*
wǎngzhàn	*website*
hùliánwǎng	*the Internet*

2   S 把   O   Vᵥ   O

◆ Nǐ bǎ zhè gè dōngxi jiàozuò shénme ?

　你　把 这 个 东西 叫做　什么 ?

◇ Wǒ bǎ tā jiàozuò diànnǎo.

　我　把　它　叫做 电脑 。

N	N	
hùliánwǎng	xìnxī gāosù gōnglù	
nà gè dōngxi	jìsuànjī	*computer*
mǎi dōngxi	gòuwù	
zuò chūzūqìchē	dǎ dī	*take a taxi*
jìsuànjī	diànnǎo	*computer*

3   S   V   (S   adj)

◆ Nǐ rènwéi shàng wǎng fāngbiàn ma?

　你　认为 上　网 方便 吗 ?

◇ Wǒ rènwéi hěn fāngbiàn.

　我　认为　很 方便 。

S	adj	
yòng diànnǎo	fùzá	*complex*
zhè gè wèntí	jiǎndān	*simple*
xuéxí Hànyǔ	róngyi	*easy*
zuò chē	fāngbiàn	*convenient*
kàn bǐsài	yǒuyìsi	*interesting*

4   S   V   V   O

◆ Wǎng shàng kěyǐ tígōng nǎxiē fúwù ?

　网　上　可以 提供 哪些 服务 ?

◇ Bǐrú shuō, shōufā diànzǐ yóujiàn.

　比如　说, 收发 电子 邮件 。

V	N	
gòu	wù	*things*
kàn	xīnwén	*news*
fā	diànzǐ yóujiàn	*e-mail*
zuò	mǎimai	*business*
xuéxí	wàiyǔ	*foreign language*

152

5   S 越来越 adj

◆ Shénme rén yuèláiyuè duō le ?
   什么 人 越来越 多 了？

◇ Shàng wǎng de rén yuèláiyuè duō le.
   上 网 的人 越来越 多 了。

S	adj
jì xìn de rén	shǎo
kàn qiúsài de rén	duō
qìchē	piányi
dǎ diànhuà	fāngbiàn

6   S 一边 V O 一边 V O

◆ Nǐ yìbiān hē chá yìbiān kàn bào ma ?
   你 一边 喝茶 一边 看报 吗？

◇ Shì de.
   是 的。

V N	V N
chī fàn	tīng yīnyuè
zǒu lù	kàn shū
kāi chē	liáotiānr
xuéxí	gōngzuò

Grammar   语法

● S 连 O 都 (也) V

我 连 西藏 都 去过。
他 连 一个字 也 没 看懂。

"连……都 (也) ……"结构表示强调,含有"甚至"的意思,如:
The structure 连 ... 都 (也) ... is used for emphasis and means "even", e.g.

● S 一边 V O 一边 V O

我 一边 喝茶 一边 看报。
他 一边 学习 一边 工作。

"一边……一边……"表示两个同时进行的动作,如:
The structure 一边 ... 一边 ... shows two actions being done simultaneously.

● S 越来越 adj (V)

东西 越来越 贵。
我 越来越 喜欢他。

"越来越"在形容词或动词前,如:
越来越 is placed before adjectives or some verbs, e.g.

Vocabulary

词 汇 总 表

A

a	part	*(a modal particle)*	啊
ǎi	adj	*short*	矮
ài	v	*like, love*	爱
àihào	n	*interest, hobby*	爱好
àiren	n	*husband or wife*	爱人
ānjìng	adj	*quiet*	安静

B

bābǎochá	n	*assorted tea*	八宝茶
Bālí	n	*Paris*	巴黎
bǎ	m	*(a measure word)*	把
	prep		把
bà	n	*pa, dad*	爸
bàba	n	*dad*	爸爸
ba	part	*(a modal particle)*	吧
bái	adj	*white*	白
báijiǔ	n	*white spirit*	白酒
báipútaojiǔ	n	*white wine*	白葡萄酒
báisè	n	*white*	白色
bǎi	v	*place*	摆
bān	n	*class*	班
bānjiā	v	*move house*	搬家
bàn	n	*half*	半
bàngōngshì	n	*office*	办公室
bànlǐ	v	*handle*	办理
bànhuánggguā	n	*cucumber salad*	拌黄瓜
bāng	v	*help*	帮
bāngzhù	v	*help*	帮助
bāo	v	*wrap*	包
bāozi	n	*steamed stuffed bun*	包子
bāoguǒ	n	*parcel*	包裹
bāokuò	v	*include*	包括
bǎolíngqiú	n	*bowling*	保龄球
bào	n	*newspaper*	报
bēi	m	*cup*	杯
bēizi	n	*cup, glass*	杯子

běi	n	*north*	北
běibian	n	*north*	北边
Běi Dà	n	*Beijing University*	北大
běifāng	n	*the North*	北方
Běijīng	n	*Beijing*	北京
Běiměizhōu	n	*North America*	北美洲
bèi	prep	*by*	被
běn	m	*(a measure word)*	本
běnzi	n	*notebook*	本子
bízi	n	*nose*	鼻子
bǐ	prep	*than*	比
bǐjiào	adv	*relatively*	比较
bǐrú		*for example*	比如
bǐsài	n	*match*	比赛
bǐ	n	*(tool for writing)*	笔
bìluóchūn	n	*Biluochun tea*	碧螺春
biāozhǔnjiān	n	*standard room*	标准间
biǎo	n	*table, form, watch*	表
bié	pron	*other*	别
bié	adv	*don't*	别
biérén	pron	*other people*	别人
bìng	n, v	*illness; be ill*	病
bōluó	n	*pineapple*	菠萝
bówùguǎn	n	*museum*	博物馆
bù	adv	*no, not*	不
búcuò	adj	*not bad*	不错
búdàn	cong	*not only*	不但
bùzhì	v	*decorate, arrange*	布置

C

cài	n	*dish*	菜
càidān	n	*menu*	菜单
càixīnr	n	*heart of a cabbage*	菜心儿
cānguān	v	*visit*	参观
cānjiā	v	*take part in*	参加
cānjīnzhǐ	n	*napkin paper*	餐巾纸
cǎoméi	n	*strawberry*	草莓
cèsuǒ	n	*toilet*	厕所

céng	n	floor, storey	层	dǎ kāi	v	open	打开
chāzi	n	fork	叉子	dǎ dī	v	take a taxi	打的
chá	n	tea	茶	dǎsuàn	v	plan, intend	打算
cháguǎn	n	tea house	茶馆	dà	adj	big	大
chà	v	be short of	差	dàhào	n	large size	大号
chàbùduō	adv	almost	差不多	Dàlián	n	Dalian City	大连
cháng	adj	long	长	dàxué	n	university	大学
chángpǎo	n	long-distance running	长跑	dàxuéshēng	n	college student	大学生
cháng	adv	often	常	dàyī	n	overcoat	大衣
cháng	v	taste	尝	dàyuē	adv	about	大约
chànggē	v	sing a song	唱歌	dài	v	bring, take	带
chāozhòng	v	overweight	超重	dàifu	n	doctor	大夫
chē	n	vehicle, bicycle	车	dānzi	n	form	单子
chēpù	n	repair shop	车铺	dàn	adj	light	淡
chēshang		on the bus	车上	dànshì	conj	but	但是
chēzhàn	n	bus/railway station	车站	dàngtiān	n	the same day	当天
chéng	n	town, city	城	dāozi	n	knife	刀子
chénggōng	v	success	成功	dào	prep	to	到
chī	v	eat	吃	dào	v	arrive, to	到
chū lai	v	go out	出来	dàochù	n	everywhere	到处
chūshēng	v	be born; birth	出生	de	part	(a modal particle)	的
chūzhànkǒu	n	exit	出站口	de	part	(a structural particle)	的
chūzū qìchē	n	taxi, taxicab	出租汽车	dehuà		if	的话
chúfáng	n	kitchen	厨房	de	part	(a structural particle)	地
chúle. . . yǐwài		except, besides	除了…以外	de	part	(a structural particle)	得
chuān	v	put on, wear	穿	Déguó	n	Germany	德国
chuān shang	v	wear, put on	穿上	Déyǔ	n	German	德语
chuāncài	n	Sichuan food	川菜	děi	v	need	得
chuán	n	boat	船	děng	v	wait	等
chuānghu	n	window	窗户	dī	adj	low	低
chuāngtái	n	windowsill	窗台	dì	prefix	(e. g. dì 1 first)	第
chuáng	n	bed	床	dìdi	n	younger brother	弟弟
chūntiān	n	spring	春天	dìfang	n	locality, place	地方
cí	n	word	词	dìtiě	n	subway, metro	地铁
cídiǎn	n	dictionary	词典	dìtú	n	map	地图
cì	m	order, time, number	次	dìzhǐ	n	address	地址
cōngming	adj	intelligent, clever	聪明	dìtiězhàn	n	subway station	地铁站
cóng	prep	from	从	diǎn	n	o'clock	点
cù	n	vinegar	醋	diǎn	v	order (dishes)	点
				diǎnr	n	a little	点儿
		D		diàn	n	hotel, shop	店
				diànchē	n	trolleybus, tram	电车
dǎ	v	hit, play	打	diànhuà	n	telephone	电话
dǎ diànhuà		make a phone call	打电话	diànnǎo	n	computer	电脑

diànshì	n	television	电视
diànshìjī	n	television set	电视机
diàntī	n	elevator	电梯
diànyǐng	n	film	电影
diànyǐngpiào	n	film ticket	电影票
diànyǐngyuàn	n	cinema	电影院
diànzǐ yóujiàn	n	e-mail	电子邮件
dìng	v	book, reserve	订
diū	v	lose	丢
dōng	n	east	东
Dōngběi	n	the Northeast	东北
dōngbian	n	east	东边
Dōngjīng	n	Tokyo	东京
dōngxi	n	thing	东西
dōngtiān	n	winter	冬天
dǒng	n	understand	懂
dòng	v	move	动
dòngwùyuán	n	zoo	动物园
dōu	adv	all	都
dǔchē	v	traffic jam	堵车
dù	m	degree	度
dùzi	n	belly	肚子
duǎnpǎo	n	short-distance running	短跑
duǎnqī	n	short-term	短期
duǎnqībān	n	short-term class	短期班
duànliàn	v	take exercise	锻炼
duì	adj	yes, right, just	对
duì	prep	for, to	对
duìmiàn	n	opposite	对面
duō	adv	how	多
duō	adj	many	多
duōdà	pro	how old	多大
duōcháng	pro	how long	多长
duōshao	pro	how many	多少
duōyuǎn	pro	how far	多远

E

Éluósī	n	Russia	俄罗斯
è	adj	hungry	饿
érzi	n	son	儿子
érqiě	conj	and also	而且

F

fāshāo	v	have a fever	发烧

fāxiàn	v	discover	发现
fāyīn	n	pronunciation	发音
Fǎguó	n	France	法国
Fǎyǔ	n	French	法语
fǎláng	n	franc	法郎
fǎlù	n	law	法律
fānyì	v	translate	翻译
fàn	n	meal	饭
fàndiàn	n	restaurant, hotel	饭店
fànguǎnr	n	restaurant	饭馆儿
fāngbiàn	adj	convenient	方便
fángjiān	n	room	房间
fángzi	n	house	房子
fàng	v	put	放
fàngxīn	v	be at ease	放心
fēicháng	adv	very, extremely	非常
fēifǎ	adj	unlawful	非法
Fēizhōu	n	Africa	非洲
fēijī	n	aeroplane	飞机
fēijīchǎng	n	airport	飞机场
fēijīpiào	n	plane ticket	飞机票
fēn	m	cent	分
fēn	n	minute	分
fēnzhōng	n	minute	分钟
fēng	n	wind	风
fēng	m	(a measure word)	封
fú	m	(a measure word)	幅
fúwù	n	service	服务
fúwùyuán	adj	attendant	服务员
fùxí	v	review	复习
fùzá	v	complex	复杂
fùjìn	n	nearby	附近
fùkē	n	gynecology	妇科
fùmǔ	n	father and mother	父母
fùqin	n	father	父亲

G

gāi	v	should	该
gǎi	v	correct	改
gānbēi	v	drink a toast	干杯
gānjìng	adj	clean	干净
gānzào	adj	dry, arid	干燥
gǎnmào	v	common cold	感冒
gàn	v	do	干
gāng	adv	only a short while ago	刚

156

gāngcái	n	*a moment ago*	刚才		guìzi	n	*cabinet*	柜子
gāngbǐ	n	*pen*	钢笔		guó	n	*country, state*	国
gāngqín	n	*piano*	钢琴		guójiā	n	*country*	国家
gǎngbì	n	*Hong Kong dollar*	港币		guóhuà	n	*Chinese painting*	国画
gāo	adj	*high, tall*	高		guò	v	*pass*	过
gāo'ěrfūqiú	n	*golf*	高尔夫球		guò	part	*(a verbal particle)*	过
gāosùgōnglù	n	*expressway*	高速公路					
gāoxìng	adj	*glad, happy*	高兴				**H**	
gāoxuèyā	n	*hypertension*	高血压					
gàosu	v	*tell*	告诉		hái	adv	*also, as well*	还
gēge	n	*elder brother*	哥哥		hái kěyǐ	a	*passable, not bad*	还可以
gè	m	*(a measure word)*	个		háishì	adv	*still, yet*	还是
gè zhǒng gè yàng		*various kinds of*	各种各样		háishi	conj	*or*	还是
gěi	prep	*for*	给		háizi	n	*children*	孩子
gěi	v	*give*	给		hǎi	n	*sea*	海
gēn	prep	*with, as*	跟		hǎixiān	n	*seafood*	海鲜
gōngchǎng	n	*factory*	工厂		Hǎidiàn Qū	n	*Haidian District*	海淀区
gōngchéngshī	n	*engineer*	工程师		Hǎinándǎo	n	*Hainan Island*	海南岛
gōngrén	n	*worker*	工人		hài	inter	*Damnit*	嗐
gōngzuò	v, n	*work; job*	工作		Hánguó	n	*Korea*	韩国
gōngfēn	m	*centimetre*	公分		Hànyǔ	n	*Chinese*	汉语
gōnggòngqìchē	n	*bus*	公共汽车		Hànzì	n	*Chinese character*	汉字
gōnglǐ	n	*kilometre*	公里		háng	n	*line*	行
gōngsī	n	*company*	公司		hángbān	n	*scheduled flight*	航班
gōngwùyuán	n	*civil servant*	公务员		hǎo	adj	*good, well*	好
gōngyuán	n	*park*	公园		hǎo	adv	*quite, very*	好
gòu	v	*enough*	够		Hǎoba		*All right!*	好吧
gòu...de		*enough*	够…的		hǎochī	adj	*delicious*	好吃
gūjì	v	*estimate*	估计		hǎohē	adj	*nice to drink*	好喝
gǔdiǎn	adj	*classical*	古典		hǎotiān	n	*a sunny day*	好天
Gùgōng	n	*the Forbidden City*	故宫		hǎoxiàng	v	*be like, seem*	好像
guāfēng	v	*blowing*	刮风		hào	n	*number, date*	号
guà	v	*hang, put on*	挂		hē	v	*drink*	喝
guà	v	*register*	挂		hé	conj	*and*	和
guàhàoxìn	n	*registered letter*	挂号信		hé	m	*(a measure word)*	盒
guǎi	v	*turn*	拐		Héběi	n	*Hebei Province*	河北
guàibude		*no wonder*	怪不得		héshì	adj	*suitable*	合适
guān	v	*close*	关		hēi	adj	*black*	黑
guānxi	n	*relation*	关系		hěn	adv	*very*	很
guǎngbō	n	*broadcast*	广播		hóng	adj	*red*	红
Guǎngdōng	n	*Guangdong Province*	广东		hóngchá	n	*black tea*	红茶
guì	adj	*honorable, expensive*	贵		hónglǜdēng	n	*traffic light*	红绿灯

hóngpútaojiǔ	n	red wine	红葡萄酒
hóngsè	n	red	红色
hòu	n	after	后
hòubian	n	behind	后边
hòunián	n	the year after next	后年
hòutiān	n	the day after tomorrow	后天
hú	n	pot	壶
hútòng	n	lane, alley	胡同
hùliánwǎng	n	the Internet	互联网
hùzhào	n	passport	护照
huā	v	spend	花
huāchá	n	scented tea	花茶
huār	n	flower	花儿
huāshēngmǐ	n	shelled peanut	花生米
huábīng	v	skating	滑冰
huáxuě	v	skiing	滑雪
huà	v	paint, draw	画
huàjiā	n	painter	画家
huàr	n	painting	画儿
huài	adj	bad, broken	坏
huàn	v	change	换
huángguā	n	cucumber	黄瓜
huángsè	n	yellow	黄色
huī	adj	grey	灰
huīsè	n	grey	灰色
huí	v	return	回
huíjiā	v	go home	回家
huílai	v	return, be back	回来
huì	v	can, know how to	会
húnshēn	n	all over	浑身
huódòng	n	activity	活动
huǒchē	n	train	火车
huǒchēpiào	n	train ticket	火车票
huǒchēzhàn	n	railway station	火车站
huòzhě	conj	or	或者

J

jī	n	chicken	鸡
jīdàn	n	egg	鸡蛋
jīchǎng	n	airport	机场
jíle	suffix	extremely	极了
jǐ	pro	a few	几
jǐ	pro	how many	几

jì	v	post, mail	寄
jìxìnrén	n	sender	寄信人
jì...yòu	conj	both...and	既…又
jìsuànjī	n	computer	计算机
jiā	n	family, home	家
jiā	m	(a measure word)	家
Jiānádà	n	Canada	加拿大
jiānádàyuán	n	Canadian dollar	加拿大元
jiǎ	adj	fasle, fake	假
jiàgé	n	price	价格
jiǎndān	adj	simple	简单
jiàn	m	(a measure word)	件
jiàn	v	see	见
jiànkāng	adj	healthy	健康
jiānglái	n	future	将来
jiǎng	v	teach, explain	讲
jiàngniúròu		beef cooked in soy sauce	酱牛肉
jiàngyóu		soy sauce	酱油
jiāo	v	teach	教
jiāo	v	pay	交
jiāotōngtú	n	traffic map	交通图
jiǎozi	n	dumpling	饺子
jiàoshì	n	classroom	教室
jiào	v	call	叫
jiàozuò	v	be called	叫做
jiézhàng	v	settle accounts	结账
jiějie	n	elder sister	姐姐
jiè	v	lend	借
jièshào	v	introduce	介绍
jīn	m	0.5kg	斤
jīnnián	n	this year	今年
jīntiān	n	today	今天
jìn	v	enter, go into	进
jìnqu	v	enter	进去
jìnkǒu	v	import	进口
jìnzhànkǒu	n	entrance	进站口
jìn	adj	near	近
jìnr	n	strength	劲儿
jīngcháng	adv	often	经常
jīngjì	n	economy	经济
jīngjìcāng	n	economy class	经济舱
jīnglǐ	n	manager	经理
jīngjù	n	Beijing opera	京剧
jǐngchá	n	policeman	警察

jiǔ	n	alcoholic drink	酒
jiù	adj	old, used	旧
jiù	adv	in that case, just, only	就
júhuāchá	n	chrysanthemum tea	菊花茶
júzi	n	orange	橘子
júzishuǐ	n	orange juice	橘子水
jùzi	n	sentence	句子
juéde	v	feel, think	觉得

K

kāfēi	n	coffee	咖啡
kāfēiguǎn	n	coffee house	咖啡馆
kāfēitīng	n	coffee bar	咖啡厅
kāi	v	write out	开
kāi	v	start	开
kāi	v	drive	开
kāishǐ	v	begin	开始
kàn	v	look	看
kàn	v	look at, see	看
kàn	v	read	看
kànjiàn	v	see	看见
kànlái	v	it seems	看来
kǎo	v	test	考
kǎoshì	n	examination	考试
kǎoyā	n	roast duck	烤鸭
késou	v	cough	咳嗽
kě	adj	thirsty	渴
kělè	n	coke	可乐
kěnéng	adv	maybe	可能
kěshì	conj	but	可是
kěyǐ	v	can, possible	可以
kěyǐ shuō		you can say	可以说
kè	n	a quarter	刻
kè	n	course, lesson	课
kèwén	n	text	课文
kèqi	adj	polite	客气
kètīng	n	drawing room	客厅
kōngqì	n	air	空气
kōngtiáo	n	air conditioner	空调
kòngr	n	free time	空儿
kǒu	m	(a measure word)	口
kǒuyǔ	n	spoken language	口语

kùzi	n	trousers	裤子
kuài	adj	fast, quick	快
kuài	m	(a unit of money: yuan)	块
kuài	m	(a measure word)	块
kuàizi	n	chopsticks	筷子
kuàngquánshuǐ	n	mineral water	矿泉水

L

lā	v	pull, play	拉
lādùzi		suffer from diarrhea	拉肚子
là	adj	peppery	辣
làjiāo	n	hot pepper	辣椒
la	part	(a modal particle)	啦
lái	v	come	来
lái	v	take	来
lán	adj	blue	蓝
lánqiú	n	basketball	篮球
láojià		Excuse me	劳驾
lǎo	adj	old	老
lǎoshī	n	teacher	老师
le	part	(a modal particle)	了
lèi	adj	tired	累
lěng	adj	cold	冷
lí	prep	from	离
lí	n	pear	梨
Lǐ	n	(a surname)	李
lǐbian	n	inside	里边
lǐmian	n	inside	里面
lǐlā	n	lira	里拉
lìhai	adj	fierce, terrible	厉害
lìshǐ	n	history	历史
lián...dōu...		even	连…都
liàn	v	practise	练
liànxí	v, n	exercise	练习
liáng	adj	cool	凉
liángcài	n	cold dishes	凉菜
liángkuai	adj	nice and cool	凉快
liǎng	n	two	两
liàng	m	(a measure word)	辆
liáotiānr	v	chat	聊天儿
liǎo	v	can	了
liǎojiě	v	understand	了解
líng	n	zero	零

língqián	n	small change	零钱
língxià		below zero	零下
lìngwài	conj	in addition	另外
lóngjǐngchá	n	Dragon Well tea	龙井茶
lóu	n	building	楼
lóufáng	n	building	楼房
lù	n	road	路
lùkǒu	n	crossroads	路口
lùyīn	v	record	录音
lùyīnjī	n	tape recorder	录音机
lǚxíng	v	travelling	旅行
lǜchá	n	green tea	绿茶
lǜsè	n	green	绿色
lǜshī	n	lawyer	律师
Lúndūn	n	London	伦敦
Luómǎ	n	Rome	罗马

M

ma	part	(a modal particle)	吗
māma	n	mom	妈妈
máfan	adj	troublesome	麻烦
mǎi	v	buy	买
mǎimai	n	business	买卖
mài	v	sell	卖
mǎkè	n	mark	马克
mǎshàng	adv	at once	马上
mántou	n	steamed bun	馒头
màn	adj	slow	慢
máng	adj	busy	忙
máo	m	(a unit of money: 0. 1 yuan)	毛
máobǐ	n	writing brush	毛笔
máojīn	n	towel	毛巾
máoyī	n	sweater	毛衣
Máotáijiǔ	n	Maotai spirit	茅台酒
màozi	n	hat, cap	帽子
méi	adv	no, not	没
měi	pro	every	每
Měiguó	n	U. S. A.	美国
měishùguǎn	n	art gallery	美术馆
měiyuán	n	U. S. dollar	美元
měitiān	n	everyday	每天
mèimei	n	younger sister	妹妹
mén	n	door	门

ménkǒu	n	entrance	门口
men		(a suffix)	们
míhóutáo	n	kiwi berry	猕猴桃
mǐ	m	metre	米
mǐfàn	n	cooked rice	米饭
miànbāo	n	bread	面包
miàntiáo	n	noodles	面条
Mínháng	n	civil aviation	民航
míngcài	n	famous dishes	名菜
míngpiàn	n	visiting card	名片
míngzi	n	name	名字
míngnián	n	next year	明年
míngtiān	n	tomorrow	明天
míngxìnpiàn	n	postcard	明信片
mǔqin	n	mother	母亲

N

ná	v	take	拿
nǎ	pro	which	哪一个
nǎr	pro	where	哪儿
nà	pro	that	那
nàr	pro	there	那儿
na	conj	then	那
nǎinai	n	grandmother	奶奶
nán	adj	difficult	难
nánhē	adj	hard to drink	难喝
nánkàn	adj	ugly	难看
nánxué	adj	difficult to learn	难学
nán	n	south	南
nánbian	n	south	南边
nánfāng	n	the South	南方
Nánjīng	n	Nanjing City	南京
Nánměizhōu	n	South America	南美洲
nánpéngyou	n	boyfriend	男朋友
ne	part	(a modal particle)	呢
nèikē	n	internal medicine	内科
Nèiměnggǔ	n	Inner Mongolia	内蒙古
néng	v	can	能
nǐ	pro	you	你
nǐmen	pro	you (plural)	你们
nián	n	year	年
niàn	v	read	念
nín	pro	you (respectful)	您

niúnǎi	n	*milk*	牛奶	
niúròu	n	*beef*	牛肉	
Niǔyuē	n	*New York*	纽约	
nóngmín	n	*peasant*	农民	
nǔlì	adj	*try hard*	努力	
nǚ'ér	n	*daughter*	女儿	
nǚpéngyou	n	*girlfriend*	女朋友	
nuǎnhuo	adj	*warm, nice and warm*	暖和	

O

Ōuzhōu	n	*Europe*	欧洲
ōuyuán	n	*Euro*	欧元

P

pà	v	*fear, dread*	怕
páiduì	v	*line up*	排队
páiqiú	n	*volleyball*	排球
pán	n	*plate*	盘
pángbiān	n	*side*	旁边
pàng	adj	*fat*	胖
pén	n	*pot*	盆
péngyou	n	*friend*	朋友
píjiǔ	n	*beer*	啤酒
piányi	adj	*cheap*	便宜
piàn	v	*deceive, fool*	骗
piàn	m	*(a measure word)*	片
piào	n	*ticket*	票
piàoliang	adj	*beautiful*	漂亮
pīngpāngqiú	n	*ping-pong*	乒乓球
píng	n	*bottle*	瓶
píngfáng	n	*single-storey house*	平房
píngguǒ	n	*apple*	苹果
pútao	n	*grape*	葡萄
pútaojiǔ	n	*wine*	葡萄酒

P

qǐchuáng	v	*get out of bed*	起床
qǐfēi	v	*take off*	起飞
qí	v	*ride*	骑
qìwēn	n	*air temperature*	气温
qìchē	n	*automobile*	汽车
qìchēpiào	n	*bus ticket*	汽车票

qìchēzhàn	n	*bus station*	汽车站
qiānbǐ	n	*pencil*	铅笔
qián	n	*forward, ahead*	前
qiánbian	n	*in front*	前边
qiánnián	n	*the year before last*	前年
qiántiān	n	*the day before yesterday*	前天
qián	n	*money*	钱
qiáng	n	*wall*	墙
qiáo	v	*look*	瞧
qīngcài	n	*vegetable*	青菜
Qīngdǎo	n	*Qingdao City*	青岛
qīngdàn	adj	*light, not greasy*	清淡
qíngtiān	n	*a sunny day*	晴天
qǐng	v	*invite*	请
qǐng	v	*please*	请
qǐngjiào	v	*ask for advice*	请教
qǐngwèn	v	*Excuse me*	请问
qiūtiān	n	*autumn*	秋天
qiúmí	n	*a soccer fan*	球迷
qiúpiào	n	*football ticket*	球票
qǔ	v	*take, get, fetch*	取
qù	v	*go*	去
qùnián	n	*last year*	去年
qúnzi	n	*skirt*	裙子

R

ràng	prep	*by*	让
ràng	v	*let, make*	让
rè	adj	*hot*	热
rècài	n	*hot dish*	热菜
rén	n	*person*	人
rénmen	n	*people*	人们
rénmínbì	n	*Renminbi*	人民币
rènshi	v	*know*	认识
rènwéi	v	*think, consider*	认为
Rìběn	n	*Japan*	日本
rìyǔ	n	*Japanese*	日语
rìyuán	n	*Japanese yen*	日元
róngyi	adj	*easy*	容易
ròu	n	*meat*	肉
rúguǒ	conj	*if*	如果
ruǎnwò	n	*soft berth*	软卧

S

sǎngzi	n	throat	嗓子
sè	n	colour	色
shāfā	n	sofa	沙发
Shāndōng	n	Shandong Province	山东
shāngdiàn	n	shop, store	商店
shāngrén	n	businessman	商人
shāngwùcāng	n	business class	商务舱
shàng	n	on	上
shàng	v	go up, go to	上
shàngbān	n	go to work	上班
shàngbian	v	up, upward	上边
shàngkè	v	attend class	上课
shàng gè yuè		last month	上个月
Shànghǎi	n	Shanghai City	上海
shàngwǎng	v	surf the net	上网
shàngwǔ	n	forenoon	上午
shàngyī	n	upper outer garment	上衣
sháozi	n	ladle	勺子
shǎo	adj	few	少
shèbèi	n	equipment	设备
shéi	pro	who	谁
shēnfènzhèng		identity card	身份证
shēntǐ	n	body	身体
shénme	pro	what	什么
shénmede		and so on	什么的
shén me shí hou		when	什么时候
shēngcí	n	new words	生词
shēnghuó	n, v	life	生活
shēngrì	n	birthday	生日
shèngxia	v	be left (over)	剩下
shīfu	n	master worker	师傅
shíhou	n	time, moment	时候
shíjiān	n	time	时间
shímáo	adj	fashionable	时髦
shízì	n	cross	十字
shì	n	city	市
shì	v	be	是
shìbiǎo	v	take sb.'s temperature	试表
shìde		yes, all right	是的
shìr	n	thing	事儿
shōu	v	accept	收
shōufā	v	receive and send	收发
shōuxìnrén	n	recipient	收信人

shōuyīnjī	n	radio set	收音机
shǒubiǎo	n	wrist watch	手表
shǒujī	n	mobile phone	手机
shǒuxù	n	formalities	手续
shǒudū	n	capital	首都
shòuhuòyuán	n	shop assistant	售货员
shòupiàochù	n	booking office	售票处
shòu	adj	thin	瘦
shū	n	book	书
shūbāo	n	satchel	书包
shūdiàn	n	bookshop	书店
shūfáng	n	study	书房
shūjià	n	bookshelf	书架
shūfu	adj	be well, comfortable	舒服
shūshu	n	uncle	叔叔
shùxué	n	mathematics	数学
shuǐguǒ	n	fruit	水果
shuìjiào	v	sleep	睡觉
shuō	v	speak, say	说
sījī	n	driver	司机
sīrén	n	private, personal	私人
Sìchuān	n	Sichuan Province	四川
sòng	v	give	送
suān	adj	acid, sour	酸
suānniúnǎi	n	yoghurt	酸牛奶
suì	n	year (of age)	岁
suǒ	v	lock	锁
suǒyǐ	conj	so, therefore	所以

T

tā	pro	he	他
tāde		his	他的
tāmen	pro	they	他们
tā	n	she	她
tā	n	it	它
tái	m	(a measure word)	台
Táiwān	n	Taiwan	台湾
tài	n	too	太
tàiyang	n	sun	太阳
Tàiguó	n	Thailand	泰国
tán	n	pluck, play	弹
tāng	n	soup	汤
tāngyào	n	decoction of medicine	汤药
táng	n	sugar	糖
tǎng	v	lie dwon	躺

táo	n	peach	桃
tàojiān	n	suite	套间
tèkuài	n	express train	特快
téng	adj	ache, have a pain	疼
tī	v	kick, play	踢
tígōng	v	provide	提供
tíqián	v	in advance	提前
tǐyùchǎng	n	stadium	体育场
tǐyùguǎn	n	gymnasium	体育馆
tiān	n	day	天
Tiān'ānmén	n	Tian'anmen	天安门
Tiānjīn	n	Tianjin City	天津
tiānqì	n	weather	天气
tián	adj	sweet	甜
tián	v	fill in	填
tiánjìng	n	track and field	田径
tiáo	m	(a measure word)	条
tiàowǔ	v	dance	跳舞
tiē	v	stick on, paste	贴
tīng	adv	listen	听
tīngshuō	v	be told	听说
tíng	v	stop	停
tíngchēchǎng	v	parking lot	停车场
tǐng	n	very, rather	挺
tóngshì	n	colleague	同事
tóngxué	n	schoolmate	同学
tóngyì	v	agree	同意
tōu	v	steal	偷
tóu	n	head	头
tóuděngcāng	n	first class	头等舱
túshūguǎn	n	library	图书馆
tù	v	vomit	吐
tuǐ	n	leg	腿
tuì	v	return, give back	退

W

wàibian	n	outside	外边
wàihuì	n	foreign exchange	外汇
wàikē	n	surgical department	外科
wàiyǔ	n	foreign language	外语
wán	v	finish	完

wánr	v	play, have fun	玩儿
wǎn	n	bowl	碗
wǎn	adj	late	晚
wǎnfàn	n	supper	晚饭
wǎnshang	n	evening	晚上
Wáng	n	(a surname)	王
wǎng	prep	in the direction of	往
wǎngqiú	n	tennis	网球
wǎngzhàn	n	website	网站
wàng	v	forget	忘
wēishìjì	n	whisky	威士忌
wèi	inter	hello	喂
wèi	m	(a measure word)	位
wèi	prep	for	为
wèishénme	pro	why	为什么
wèi	n	stomach	胃
wèiyán	n	gastritis	胃炎
wèishēngjiān	n	toilet	卫生间
wèishēngzhǐ	n	toilet paper	卫生纸
wēndù	n	temperature	温度
wénxué	n	literature	文学
wèn	v	ask	问
wèntí	n	problem	问题
wǒ	pro	I, me	我
wǒde		my	我的
wǒmen	pro	we, us	我们
wòpù	n	sleeping berth	卧铺
wòshì	n	bedroom	卧室
wūlóngchá	n	oolong tea	乌龙茶
wǔfàn	n	lunch	午饭
wù	n	fog	雾
wù	n	things	物

X

xī	n	west	西
Xī'ān	n	Xi'an City	西安
xībian	n	west	西边
xīcān	n	Western-style meal	西餐
xīguā	n	watermelon	西瓜
xīhóngshì	n	tomato	西红柿
Xīhú	n	the West Lake	西湖

xīyào	n	Western medicine	西药
Xīzàng	n	Tibet	西藏
xīwàng	v	hope, wish	希望
xīyān	v	smoke	吸烟
xíguàn	v	be accustomed to	习惯
xǐhuān	v	like	喜欢
xiā	n	shrimp	虾
xià	n	a bit	下
xià	v	go down, get off	下
xiàbān	v	get off work	下班
xiàbian	n	under, down	下边
xià gè xīngqī		next week	下个星期
xià gè yuè	v	next month	下个月
xiàjiǔcài	n	cold dishes	下酒菜
xiàkè	v	get out of class	下课
xiàpù	n	lower berth	下铺
xiàqí	v	play chess	下棋
xiàwǔ	n	afternoon	下午
xiàxuě	n	snowing	下雪
xiàyǔ	v	raining	下雨
xiàhu	v	frighten, scare	吓唬
xiàtiān	n	summer	夏天
xiān	adv	first, earlier	先
xiānsheng	n	Mister (Mr.)	先生
xián	adj	salty	咸
xiànjīn	n	cash	现金
xiànzài	n	now	现在
xiàndàihuà	adj	modernize	现代化
xiāngbīnjiǔ	n	champagne	香槟酒
Xiānggǎng	n	Hong Kong	香港
xiānggū	n	mushroom	香菇
xiāngjiāo	n	banana	香蕉
xiāngzào	n	perfumed soap	香皂
xiǎng	v	want to, think	想
xiàng	prep	to, in the direction of	向
xiàng	prep	for	向
xiǎo	adj	small	小
xiǎojiě	n	Miss, Ms	小姐
xiǎoshí	n	hour	小时
xiǎotíqín	n	violin	小提琴
xiǎotōur	n	petty thief	小偷儿
xiǎoxuéshēng		primary school student	小学生
xiē	m	some	些
xiě	v	write	写
xièxie	v	thank	谢谢
xīn	adj	new	新
xīnjiāpōyuán	n	Singapore dollar	新加坡元

Xīnjiāng	n	Xinjiang Uygur Autonomus Region	新疆
xīnwén	n	news	新闻
xīnlǐxué	n	psychology	心理学
xīnzàng	n	heart	心脏
xīnzàngbìng	n	heart disease	心脏病
xìn	n	letter	信
xìnxī	n	information	信息
xìnyòngkǎ	n	credit card	信用卡
xīngqī	n	week	星期
xíng	adj	all right	行
xìng	n	surname	姓
xìngmíng	n	full name	姓名
xiū	v	repair	修
xiūxi	v	have a rest	休息
xuésheng	n	student	学生
xuéxí	v	learn	学习
xuéxiào	n	school	学校
xuéyuàn	n	college	学院
xuéyuànlù	n	(a road name)	学院路
xuě	n	snow	雪
Xuěbì	n	Sprite	雪碧

Y

ya	part	(a modal particle)	呀
yājīn	n	cash pledge	押金
yá	n	tooth	牙
yágāo	n	toothpaste	牙膏
yákē	n	dentistry	牙科
Yàzhōu	n	Asia	亚洲
yán	n	salt	盐
yánsè	n	colour	颜色
yǎnjīng	n	eye	眼睛
yǎnkē	n	ophthalmology	眼科
yángròu	n	mutton	羊肉
yàng	n	appearance, kind	样
yào	n	medicine, drug	药
yàofāng	n	prescription	药方
yàofáng	n	pharmacy	药房
yào	v	need, should, want	要
yàoshì	conj	if	要是
yàoshi	n	key	钥匙
yéye	n	grandfather	爷爷
yě	adv	also, too	也
yè	n	page	页
yèyú	n	sparetime	业余
yíxià	m	once, one time	一下

yíyàng	n	*the same*	一样
yìbān láishuō		*generally speaking*	一般来说
yìbiān	adv	*simultaneously*	一边
yìdiǎnr	m	*a little*	一点儿
yídìng	adv	*certainly*	一定
yígòng	adv	*all told, in all*	一共
yíhuìr		*a little while*	一会儿
yíkèzhōng	n	*a quarter*	一刻钟
yìqǐ	adv	*together*	一起
yìzhí	adv	*straight*	一直
yīfu	n	*clothing*	衣服
yīxué	n	*medicine*	医学
yīyuàn	n	*hospital*	医院
Yíhéyuán	n	*the Summer Palace*	颐和园
yǐhòu	n	*after*	以后
yǐqián	n	*before*	以前
yǐjīng	adv	*already*	已经
yǐzi	n	*chair*	椅子
Yìdàlì	n	*Italy*	意大利
yìsi	n	*meaning*	意思
yīntiān	n	*a cloudy day*	阴天
yīnwèi	n	*because*	因为
yīnyuè	n	*music*	音乐
yínháng	n	*bank*	银行
yǐnliào	n	*beverage, drink*	饮料
Yìndù	n	*India*	印度
Yìnní	n	*Indonesia*	印尼
Yīngguó	n	*Britain*	英国
yīngbàng	n	*pound sterling*	英镑
Yīngwén	n	*English*	英文
Yīngyǔ	n	*English*	英语
yīnggāi	v	*should, must*	应该
yīngtáo	n	*cherry*	樱桃
yìngwò	n	*hard sleeper*	硬卧
yìngzuò	n	*hard seat*	硬座
yòng	v	*use*	用
yòngbùliǎo		*needn't so much*	用不了
yǒng	n	*swim*	泳
yóu	v	*swim*	游
yóuyǒng	v	*swim*	游泳

yóucài	n	*rape*	油菜
yóuhuà	n	*oil painting*	油画
yóujiàn	n	*mail, letter*	邮件
yóujú	n	*post office*	邮局
yóupiào	n	*stamp*	邮票
yǒu	v	*there is, have*	有
yǒude		*some*	有的
yǒudiǎnr	adv	*a little*	有点儿
yǒnmíng		*famous*	有名
yǒushíhou	adj	*sometimes*	有时候
yǒuyìsi	adj	*interesting*	有意思
yòu	adv	*also, again*	又
yòu...yòu...	conj	*both...and...*	又…又
yòubian	n	*the right side*	右边
yú	n	*fish*	鱼
yǔ	n	*rain*	雨
yǔsǎn	n	*umbrella*	雨伞
yǔfǎ	n	*grammar*	语法
yǔyīn	n	*pronunciation*	语音
yǔmáoqiú	n	*badminton*	羽毛球
yùbào	n	*forecast*	预报
yùdìng	v	*book, reserve*	预订
yùxí	v	*prepare*	预习
yuánzhūbǐ	n	*ball-pen*	圆珠笔
yuǎn	adj	*far away*	远
yuēhuì	n	*appointment*	约会
yuè	n	*month, moon*	月
yuèláiyuè		*more and more*	越来越
yuèqì	n	*musical instrument*	乐器
yùndòng	n	*sports*	运动

Z

zázhì	n	*magazine*	杂志
zài	adv	*again*	再
zàijiàn	v	*goodbye*	再见
zài	prep	*be at*	在
zánmen	pro	*we*	咱们
zǎocān	n	*breakfast*	早餐
zǎofàn	n	*breakfast*	早饭
zǎoshang	n	*morning*	早上

zěnme	pro	why, how	怎么	zhōuwéi	n	around	周围
zěnmeyàng	pro	how	怎么样	zhūròu	n	pig	猪肉
zhàn	v	stand	站	zhǔshí	n	staple food	主食
Zhāng	n	(a surname)	张	zhù	v	live	住
zhāng	m	(a measure word)	张	zhuān	adv	especially	专
zhǎng	v	grow	长	zhuānyè	n	speciality	专业
zháoliáng	v	catch a cold	着凉	zhuōzi	n	table	桌子
zhǎo	v	give change	找	zìjǐ	pro	self	自己
zhǎo	v	look for	找	zìxíngchē	n	bicycle	自行车
zhǎodào	v	find	找到	zǒngtǒng	n	president	总统
zhào	v	photograph	照	zǒu	v	go away, walk, leave	走
zhàopiàn	n	photo	照片	zúqiú	n	football	足球
zhàoxiàng	v	photograph	照相	zúqiúpiào	n	football ticket	足球票
zhàoxiàngjī	n	camera	照相机	zǔfù	n	grandfather	祖父
zhè	pro	this	这	zǔmǔ	n	grandmother	祖母
zhè gè xīngqī		this week	这个星期	zuì	adv	most, -est	最
zhè gè yuè		this month	这个月	zuìjìn	n	recently	最近
zhèr	pro	here	这儿	zuótian	n	yesterday	昨天
zhe	part	(a verbal particle)	着	zuǒbian	n	the left side	左边
zhēn	adj	real	真	zuǒyòu	n	about, or so	左右
zhèng	adv	just	正	zuò	v	do	做
zhèngzài	adv	in process of	正在	zuòfàn		do the cooking	做饭
zhī	m	(a measure word)	支	zuò	v	sit, travel by	坐
zhīdào	v	know	知道	zuòyè	n	homework	作业
zhíyuán	n	office worker	职员				
zhǐ	adv	only	只				
zhǐxiāng	n	carton	纸箱				
zhōngcān	n	Chinese meal	中餐				
Zhōngguó	n	China	中国				
Zhōngguófàn	n	Chinese food	中国饭				
zhōnghào	n	medium size	中号				
zhōngjiān	n	between	中间				
zhōngpù	n	middle berth	中铺				
zhōngwǔ	n	noon	中午				
zhōngxīn	n	centre	中心				
Zhōngxuéshēng		middle school student	中学生				
zhōngyào	n	Chinese medicine	中药				
zhǒng	m	kind, sort	种				
zhōumò	n	weekend	周末				

责任编辑：贾寅淮　郁　苓
封面设计：禹　田
插　图：任树垠　勾　霞　王　志　黄大威

《新编基础汉语·口语篇》
口语速成
张朋朋　著
*
©华语教学出版社
华语教学出版社出版
（中国北京百万庄路 24 号）
邮政编码 100037
电话: 010-68995871
传真: 010-68326333
网址: www.sinolingua.com.cn
电子信箱: hyjx@sinolingua.com.cn
北京密兴印刷厂印刷
中国国际图书贸易总公司海外发行
（中国北京车公庄西路 35 号）
北京邮政信箱第 399 号　邮政编码 100044
新华书店国内发行
2001 年（16 开）第一版
2007 年第六次印刷
（汉英）
ISBN 978-7 - 80052 - 577 - 3
9 – CE – 3420P
定价：29.80 元